ಕಾಣೆಯಾದ ಪ್ರೀತಿ

KAANEYADA PREETI

ಶರಣಕುಮಾರ ಸೋಲಾಪುರ

Made with ♥ on the Notion Press Platform
www.notionpress.com

"ಕೈ ಹಿಡಿದು ನಡೆಸಿದವಳು ನೀನು, ತುತ್ತು ಅನ್ನ ಉಣಿಸಿದವಳು ನೀನು, ಬದುಕಿನ ಪಾಠ ಕಲಿಸಿ, ದೈವವಾದವಳು ನೀನು..."ನನ್ನ ಬದುಕಿನ ಪ್ರತಿ ಹಂತದಲ್ಲೂ ನೆರಳಾಗಿ, ಹರಕೆಯಾಗಿ ನಿಂತಿದ್ದ ನನ್ನ **ಪೂಜ್ಯ ಮಾತೃಶ್ರೀ ದಿವಂಗತ ಶ್ರೀಮತಿ ಹಣಮವ್ವ ಭೀಮರಾಯ ಸೋಲಾಪುರ** ಅವರಿಗೆ...

ಅಮ್ಮಾ, ನೀನು ಕಲಿಸಿದ ಪ್ರೀತಿ, ಮಮತೆ ಮತ್ತು ಸಂಬಂಧಗಳನ್ನು ಬೆಸೆಯುವ ಗುಣವೇ ಇಂದು ಈ '**ಕಾಣೆಯಾದ ಪ್ರೀತಿ** ' ಪುಸ್ತಕಕ್ಕೆ ಸ್ಫೂರ್ತಿ. ನೀನು ದೈಹಿಕವಾಗಿ ನಮ್ಮೊಂದಿಗಿಲ್ಲದಿದ್ದರೂ, ನಿನ್ನ ನೆನಪುಗಳು ಮತ್ತು ನೀನು ಹಾಕಿಕೊಟ್ಟ ಸಂಸ್ಕಾರದ ಹಾದಿಯಲ್ಲಿ ಈ ಕೃತಿಯನ್ನು ನಿನ್ನ ಪಾದಕಮಲಗಳಿಗೆ ಭಕ್ತಿಪೂರ್ವಕವಾಗಿ ಅರ್ಪಿಸುತ್ತಿದ್ದೇನೆ.

ನಿನ್ನ ಆಶೀರ್ವಾದ ಸದಾ ನನ್ನ ಮೇಲಿರಲಿ.

ನಿನ್ನ ಪ್ರೀತಿಯ ಮಗ,

ಪರಿವಿಡಿಗಳು

ಮುನ್ನುಡಿ

ಜೀವನ ಎನ್ನುವುದು ಒಂದು ನಿರಂತರ ಪಯಣ. ಈ ಪಯಣದಲ್ಲಿ ನಮಗೆ ಎದುರಾಗುವ ಅತ್ಯಂತ ಸುಂದರ ಮತ್ತು ಅಷ್ಟೇ ಸಂಕೀರ್ಣವಾದ ಭಾವನೆ ಎಂದರೆ 'ಪ್ರೀತಿ'. ಪ್ರೀತಿ ಅರಳಿದಾಗ ಜಗತ್ತೇ ನಂದನವನದಂತೆ ಭಾಸವಾಗುತ್ತದೆ. ಆದರೆ ಅದೇ ಪ್ರೀತಿ ಯಾವುದೋ ಒಂದು ತಿರುವಿನಲ್ಲಿ ನಮ್ಮ ಕೈಬಿಟ್ಟು ಹೋದಾಗ, ಬದುಕು ಅರ್ಥಹೀನವೆನಿಸುತ್ತದೆ. ಈ ಪುಸ್ತಕ "ಕಾಣೆಯಾದ ಪ್ರೀತಿ" ಕೇವಲ ಕಲ್ಪನೆಯ ಕಥೆಯಲ್ಲ; ಇದು ಪ್ರತಿಯೊಬ್ಬ ಪ್ರೇಮಿಯ ಹೃದಯದ ಒಳಗಿರುವ ಮೌನದ ಕಿರುಚಾಟ.

ನಾವೆಲ್ಲರೂ ಯಾವುದೋ ಒಂದು ಕಾಲದಲ್ಲಿ ಯಾರಿಗೋ ನಮ್ಮನ್ನು ನಾವೇ ಸಂಪೂರ್ಣವಾಗಿ ಅರ್ಪಿಸಿಕೊಂಡಿರುತ್ತೇವೆ. ಅವರ ನಗು ನಮಗೆ ಹಬ್ಬವಾಗಿರುತ್ತದೆ, ಅವರ ಮೌನ ನಮಗೆ ಶಿಕ್ಷೆಯಾಗಿರುತ್ತದೆ. ಆದರೆ ಕಾಲಚಕ್ರ ಉರುಳಿದಂತೆ, ಕಾರಣಾಂತರಗಳಿಂದ ಆ ಪ್ರೀತಿ ಮರೆಯಾಗುತ್ತದೆ. ವ್ಯಕ್ತಿಗಳು ದೂರವಾಗುತ್ತಾರೆ, ಆದರೆ ಅವರು ಬಿಟ್ಟುಹೋದ ನೆನಪುಗಳು ಮಾತ್ರ ನೆರಳಿನಂತೆ ನಮ್ಮನ್ನು ಬೆನ್ನಟ್ಟುತ್ತವೆ. ಆ ನೆನಪುಗಳ ಸುಳಿಯಿಂದ ಹೊರಬರಲಾಗದೆ ತೊಳಲಾಡುವ ಹಂತವಿದೆಯಲ್ಲ, ಅದು ಬದುಕಿನ ಅತ್ಯಂತ ಕಠಿಣ ಪರೀಕ್ಷೆ.ಈ ಕೃತಿಯಲ್ಲಿ ನಾನು ಪ್ರೀತಿಯ ಅರಳುವಿಕೆಯಿಂದ ಹಿಡಿದು, ಅದು ಕಾಣೆಯಾದಾಗ ಉಂಟಾಗುವ ಶೂನ್ಯತೆ, ತಪ್ಪು ತಿಳುವಳಿಕೆಗಳ ಬಿರುಗಾಳಿ, ಮತ್ತು ಕೊನೆಗೆ ಆ ನೋವಿನಿಂದ ಅರಿವಿನ ಕಡೆಗೆ ಸಾಗುವ ಹಾದಿಯನ್ನು ಚಿತ್ರಿಸಲು ಪ್ರಯತ್ನಿಸಿದ್ದೇನೆ. ಪ್ರೀತಿ ಕಾಣೆಯಾದ ಮೇಲೆ "ಜೀವನ ಮುಗಿಯಿತು" ಎಂದು ಭಾವಿಸುವವರಿಗೆ, ಈ ಪುಸ್ತಕವು ಒಂದು ಹೊಸ ದಾರಿಯನ್ನು ತೋರಿಸುವ ಭರವಸೆಯಾಗಿದೆ.

ನೋವು ಎನ್ನುವುದು ಮನುಷ್ಯನನ್ನು ಕುಗ್ಗಿಸಬಾರದು, ಬದಲಾಗಿ ಅದು ನಮ್ಮನ್ನು ಮಾಗಿಸಬೇಕು (Mature). ಕಳೆದುಹೋದ ಪ್ರೀತಿಯ ಬಗ್ಗೆ ಹಳಹಳಿಸುವುದಕ್ಕಿಂತ, ಆ ಪ್ರೀತಿ ನಮಗೆ ಕಲಿಸಿದ ಪಾಠಗಳನ್ನು ಗೌರವಿಸುವುದು ನಿಜವಾದ ಪಕ್ವತೆ. ಈ ಪುಸ್ತಕದ ಪ್ರತಿ ಪುಟದಲ್ಲೂ ನೀವು ನಿಮ್ಮನ್ನೇ ಕಾಣಬಹುದು, ನಿಮ್ಮದೇ ಕಳೆದುಹೋದ ನೆನಪುಗಳನ್ನು ಸ್ಪರ್ಶಿಸಬಹುದು.ಪ್ರೀತಿಯ ಸೋಲನ್ನು ಗೆಲುವನ್ನಾಗಿ ಮಾಡಿಕೊಳ್ಳುವ ಕಲೆ ನಮಗೆ ಸಿದ್ಧಿಸಲಿ. ಈ ಪುಸ್ತಕವು ನಿಮ್ಮ ಮನಸ್ಸಿನ ಭಾರವನ್ನು ಸ್ವಲ್ಪವಾದರೂ ಕಡಿಮೆ ಮಾಡಲಿ ಎಂಬ ಹಾರೈಕೆಯೊಂದಿಗೆ ಈ ಕೃತಿಯನ್ನು ನಿಮ್ಮ

ಕೈಗಿಡುತ್ತಿದ್ದೇನೆ.

ಪ್ರೀತಿಯಿಂದ,

ಶರಣಕುಮಾರ ಸೋಲಾಪುರ ಎಂ ಎ ರಾಜ್ಯಶಾಸ್ತ್ರ

ಪೀಠಿಕೆ

ಪೀಠಿಕೆ: ಪ್ರೀತಿ ಎನ್ನುವ ಮಾಯೆ

ಜೀವನ ಎನ್ನುವ ಸುದೀರ್ಘ ಪಯಣದಲ್ಲಿ ನಮಗೆ ಅಸಂಖ್ಯಾತ ವ್ಯಕ್ತಿಗಳು ಎದುರಾಗುತ್ತಾರೆ. ಕೆಲವರು ಬಂದು ಹೋಗುವ ಅತಿಥಿಗಳಾದರೆ, ಇನ್ನು ಕೆಲವರು ನಮ್ಮ ಬದುಕಿನ ದಿಕ್ಕನ್ನೇ ಬದಲಿಸುವ ಶಕ್ತಿಯಾಗಿ ಬರುತ್ತಾರೆ. ಇಂತಹ ಶಕ್ತಿಯ ಹೆಸರು 'ಪ್ರೀತಿ'. ಪ್ರೀತಿ ಎನ್ನುವುದು ಕೇವಲ ಎರಡು ಹೃದಯಗಳ ಮಿಡಿತವಲ್ಲ; ಅದು ಎರಡು ಆತ್ಮಗಳ ನಡುವೆ ಬೆಸೆದ ಅದೃಶ್ಯ ಸೇತುವೆ. ಆದರೆ, ಈ ಸೇತುವೆ ಯಾವಾಗಲೋ ಒಂದು ಕ್ಷಣದಲ್ಲಿ ಮುರಿದು ಬಿದ್ದಾಗ, ಅತ್ತ ಕಡೆಯೂ ಹೋಗಲಾಗದೆ, ಇತ್ತ ಇರಲಾಗದೆ ತೊಳಲಾಡುವ ಸ್ಥಿತಿಯೇ "ಕಾಣೆಯಾದ ಪ್ರೀತಿ".

ಈ ಪುಸ್ತಕವು ಕೇವಲ ಒಬ್ಬ ವ್ಯಕ್ತಿ ಇನ್ನೊಬ್ಬ ವ್ಯಕ್ತಿಯನ್ನು ಕಳೆದುಕೊಂಡ ಕಥೆಯಲ್ಲ. ಬದಲಾಗಿ, ಪ್ರೀತಿಯಲ್ಲಿದ್ದಾಗ ನಾವು ಕಂಡುಕೊಂಡ ನಮ್ಮದೇ ಆದ ಹೊಸ ವ್ಯಕ್ತಿತ್ವವನ್ನು ಕಳೆದುಕೊಂಡ ವ್ಯಥೆ. ಯಾರೋ ಒಬ್ಬರಿಗಾಗಿ ನಾವು ನಮ್ಮನ್ನು ಸಂಪೂರ್ಣವಾಗಿ ಬದಲಿಸಿಕೊಂಡಿರುತ್ತೇವೆ, ಅವರ ಇಷ್ಟಗಳೇ ನಮ್ಮದಾಗಿರುತ್ತವೆ. ಯಾವಾಗ ಆ ಪ್ರೀತಿ ಮರೆಯಾಗುತ್ತದೋ, ಆಗ ನಾವು ಕೇವಲ ಆ ವ್ಯಕ್ತಿಯನ್ನು ಮಾತ್ರವಲ್ಲ, ನಮ್ಮನ್ನು ನಾವೇ ಕಳೆದುಕೊಂಡಿರುತ್ತೇವೆ.ಕಾಣೆಯಾದ ಪ್ರೀತಿ ಎಲ್ಲಿ ಹೋಗುತ್ತದೆ? ಅದು ನೆನಪುಗಳ ಕವನವಾಗುತ್ತದೆಯೇ? ಅಥವಾ ಕಣ್ಣೀರಿನ ಹನಿಯಾಗಿ ಮಣ್ಣು ಸೇರುತ್ತದೆಯೇ? ಅಥವಾ ಮೌನದ ಭಾಷೆಯಾಗಿ ನಮ್ಮ ಅಂತರಾತ್ಮದಲ್ಲಿ ಅಡಗಿ ಕುಳಿತುಕೊಳ್ಳುತ್ತದೆಯೇ? ಈ ಪ್ರಶ್ನೆಗಳಿಗೆ ಉತ್ತರ ಹುಡುಕುವ ಪ್ರಯತ್ನವೇ ಈ ಕೃತಿ. ಇಲ್ಲಿ ಸೋಲಿದೆ, ನೋವಿದೆ, ವಿರಹದ ಬೇಗೆಯಿದೆ. ಆದರೆ ಇವೆಲ್ಲದರ ನಡುವೆ ಆ ಪ್ರೀತಿ ನಮಗೆ ಕಲಿಸಿದ ಬದುಕಿನ ಪಾಠವೂ ಇದೆ.

ಪ್ರೀತಿ ಕಳೆದುಹೋದ ಮೇಲೆ ಜಗತ್ತು ನಿಂತು ಹೋಗುವುದಿಲ್ಲ ನಿಜ, ಆದರೆ ಜಗತ್ತನ್ನು ನೋಡುವ ದೃಷ್ಟಿಕೋನ ಮಾತ್ರ ಬದಲಾಗಿರುತ್ತದೆ. ಸುರಿಯುವ ಮಳೆ ಮೊದಲಿನಂತೆ ಇಷ್ಟವಾಗುವುದಿಲ್ಲ, ಕೇಳುವ ಹಾಡು ಮೊದಲಿನಂತೆ ಹಿತವೆನಿಸುವುದಿಲ್ಲ. ಈ 'ಬದಲಾವಣೆ'ಯ ಹಾದಿಯಲ್ಲಿ ಸಾಗುವ ಪ್ರತಿಯೊಬ್ಬ ವ್ಯಕ್ತಿಯ ಹೃದಯದ ಮಿಡಿತವನ್ನು ಈ ಪುಸ್ತಕದ ಪುಟಗಳು ಹಿಡಿದಿಡಲಿವೆ.

ಪೀಠಿಕೆ

"ಹುಡುಕ ಹೊರಟರೆ ಸಿಗುವುದಿಲ್ಲ ಅಂದು ಕಳೆದುಹೋದ ಪ್ರೀತಿ,
ಅದು ಕಡಲ ಅಲೆಯಂತೆ ಬಂದು ಮರಳಿದ ಒಂದು ರೀತಿ..."

1

ಅಧ್ಯಾಯ ೧: ಮೊದಲ ನೋಟ ಮತ್ತು ಅರಳಿದ ಭಾವ

ಜೀವನದ ಅತ್ಯಂತ ಸುಂದರವಾದ ಘಟನೆಗಳು ಯಾವಾಗಲೂ ಯಾವುದೇ ಮುನ್ಸೂಚನೆಯಿಲ್ಲದೆ ಸಂಭವಿಸುತ್ತವೆ. ನಾವು ಯಾವುದೋ ಕೆಲಸದ ನಿಮಿತ್ತ ಹೊರಟಾಗಲೋ ಅಥವಾ ಗೆಳೆಯರ ಜೊತೆ ಸುಮ್ಮನೆ ಕುಳಿತಿದ್ದಾಗಲೋ, ಅನಿರೀಕ್ಷಿತವಾಗಿ ಒಂದು ಮುಖ ನಮ್ಮ ಕಣ್ಣಿಗೆ ಬೀಳುತ್ತದೆ. ಆ ಒಂದು ಕ್ಷಣ, ಆ ಒಂದು ನೋಟ ನಮ್ಮ ಬದುಕಿನ ದಿಕ್ಕನ್ನೇ ಬದಲಿಸುತ್ತದೆ ಎಂದು ನಮಗೆ ಅಂದು ತಿಳಿದಿರುವುದಿಲ್ಲ.

ಆಕಸ್ಮಿಕಗಳ ನಡುವೆ ಒಂದು ಅದ್ಭುತ

ಮೊದಲ ನೋಟಕ್ಕೆ ಒಂದು ವಿಚಿತ್ರವಾದ ಶಕ್ತಿಯಿದೆ. ಸಾವಿರಾರು ಜನರ ನಡುವೆ ನಿಂತಿದ್ದರೂ, ಕಣ್ಣುಗಳು ಕೇವಲ ಒಬ್ಬ ವ್ಯಕ್ತಿಯನ್ನು ಮಾತ್ರ ಆಯ್ಕೆ ಮಾಡಿಕೊಳ್ಳುತ್ತವೆ. ಅದು ಅವರ ನಗು ಇರಬಹುದು, ಕಣ್ಣಿನ ಕಾಂತಿ ಇರಬಹುದು ಅಥವಾ ಅವರ ನಡೆಯ ಶೈಲಿ ಇರಬಹುದು. ಆ ಕ್ಷಣದಲ್ಲಿ ಸಮಯ ಒಂದು ಕ್ಷಣ ಸ್ಥಬ್ಧವಾದಂತೆ ಭಾಸವಾಗುತ್ತದೆ. ಹೃದಯದ ಬಡಿತ ನಮಗೆ ತಿಳಿಯದಂತೆ ಏರಿರುತ್ತದೆ. ಮಿದುಳು ತರ್ಕ ಮಾಡುವುದನ್ನು ನಿಲ್ಲಿಸಿ, ಕೇವಲ ಭಾವನೆಗಳಿಗೆ ಶರಣಾಗುತ್ತದೆ.

ಅರಳಿದ ಭಾವದ ಮೊದಲ ಹೆಜ್ಜೆ

ನೋಟವು ಪರಿಚಯವಾಗಿ ಬದಲಾದಾಗ, ಮೌನವು ಮಾತುಗಳಿಗೆ ಜಾಗ ಬಿಟ್ಟುಕೊಡುತ್ತದೆ. ಆರಂಭದ ಆ ಮುಜುಗರದ ಮಾತುಗಳು, ಒಬ್ಬರನ್ನೊಬ್ಬರು ಅರ್ಥಮಾಡಿಕೊಳ್ಳಲು ನಡೆಸುವ ಸಣ್ಣ ಪ್ರಯತ್ನಗಳು ಬದುಕಿಗೆ ಹೊಸ ಮೆರುಗು ನೀಡುತ್ತವೆ. ಪ್ರತಿ ಬಾರಿ ಅವರ ಫೋನ್ ಕರೆ ಬಂದಾಗಲೂ ಮುಖದಲ್ಲಿ ಅರಿಯದ

ನಗು ಅರಳುತ್ತದೆ. ಅವರು ಕಳುಹಿಸುವ ಒಂದು ಪುಟ್ಟ ಸಂದೇಶವೂ ಇಡೀ ದಿನವನ್ನು ಸಂಭ್ರಮವನ್ನಾಗಿ ಮಾಡುತ್ತದೆ.ಇದು 'ಅರಳಿದ ಭಾವ'ದ ಹಂತ. ಗಿಡವೊಂದು ಮಣ್ಣಿನಿಂದ ಹೊರಬಂದು ಮೊದಲ ಸೂರ್ಯ ರಶ್ಮಿಯನ್ನು ಕಂಡಾಗ ಹೇಗೆ ಸಂಭ್ರಮಿಸುತ್ತದೋ, ಹಾಗೆಯೇ ಮನಸ್ಸು ಪ್ರೀತಿಯ ಹೊಸ ಲೋಕಕ್ಕೆ ಕಾಲಿಡುತ್ತದೆ. ಇಲ್ಲಿ ಪ್ರತಿಯೊಂದು ಸುಂದರವಾಗಿಯೇ ಕಾಣುತ್ತದೆ. ಹಾದಿ ಬದಿಯ ಹೂವುಗಳು ಹೆಚ್ಚು ಬಣ್ಣವಾಗಿ ಕಾಣುತ್ತವೆ, ಗಾಳಿಯಲ್ಲಿ ಒಂದು ರೀತಿಯ ಮಾಧುರ್ಯವಿರುತ್ತದೆ. ನಾವು ನಮಗಿಂತ ಹೆಚ್ಚಾಗಿ ಆ ವ್ಯಕ್ತಿಯ ಬಗ್ಗೆ ಯೋಚಿಸಲು ಶುರು ಮಾಡುತ್ತೇವೆ.

ಮೌನದ ಸಂಭಾಷಣೆ

ಮಾತುಗಳಿಗಿಂತ ಹೆಚ್ಚಾಗಿ ಕಣ್ಣುಗಳೇ ಸಂವಹನ ನಡೆಸುವ ಕಾಲವಿದು. ಒಬ್ಬರ ಪಕ್ಕದಲ್ಲಿ ಒಬ್ಬರು ಸುಮ್ಮನೆ ಕುಳಿತಿದ್ದರೂ ಮನಸ್ಸು ತುಂಬಿ ಬರುತ್ತದೆ. ಯಾವುದೇ ಭರವಸೆಗಳಿಲ್ಲದೆ, ಯಾವುದೇ ನಿರೀಕ್ಷೆಗಳಿಲ್ಲದೆ ಕೇವಲ ಆ ಕ್ಷಣದ ಸುಖದಲ್ಲಿ ಬದುಕುವುದು ಪ್ರೀತಿಯ ಮೊದಲ ಹಂತದ ವಿಶೇಷತೆ. "ನಿನ್ನನ್ನೇ ಜೀವನ ಪೂರ್ತಿ ನೋಡುತ್ತಾ ಕುಳಿತುಬಿಡಬಹುದು" ಎನ್ನುವ ಮುಗ್ಧ ಬಯಕೆಗಳು ಹುಟ್ಟುವುದೇ ಇಲ್ಲಿ.

"ಸಾವಿರ ಮುಖಗಳ ಸಂತೆ ನಡುವೆ,
ನಿನ್ನದೇ ಬಿಂಬವ ಹುಡುಕಿದೆ ಕಣ್ಣು.
ಪರಿಚಯವಿಲ್ಲದ ಹೊಸ ಲೋಕಕೆ,
ಮೌನವೇ ಹಾಕಿತು ಪ್ರೀತಿಯ ಬೆನ್ನು."

2

ಅಧ್ಯಾಯ ೧: ಹಂಚಿಕೊಂಡ ಕನಸುಗಳ ಬಣ್ಣದ ಲೋಕ

ಪ್ರೀತಿಯಲ್ಲಿ ಬೀಳುವುದು ಒಂದು ಅದ್ಭುತವಾದರೆ, ಆ ಪ್ರೀತಿಯಲ್ಲಿ ಒಟ್ಟಾಗಿ ಕನಸುಗಳನ್ನು ನೇಯುವುದು ಮತ್ತೊಂದು ಸ್ತರದ ಅನುಭವ. ಮೊದಲ ನೋಟದ ಆಕರ್ಷಣೆ ಈಗ ಗಾಢವಾದ ನಂಬಿಕೆಯಾಗಿ ಬದಲಾಗಿರುತ್ತದೆ. "ನಾನು" ಮತ್ತು "ನೀನು" ಎನ್ನುವ ಪದಗಳು ಮರೆಯಾಗಿ, ಎಲ್ಲದರಲ್ಲೂ "ನಾವು" ಎನ್ನುವ ಭಾವನೆ ಮೊಳೆತಿರುತ್ತದೆ. ಈ ಹಂತವು ಬದುಕಿನ ಅತ್ಯಂತ ಸುಂದರ ಮತ್ತು ವರ್ಣರಂಜಿತ ಕಾಲಘಟ್ಟ.

ಕನಸುಗಳ ಸಂತೆ

ಪ್ರೀತಿಯಲ್ಲಿರುವಾಗ ಭವಿಷ್ಯವು ಕೇವಲ ಒಂದು ಸಮಯವಲ್ಲ, ಅದೊಂದು ಸುಂದರ ಚಿತ್ರಪಟ. ಒಟ್ಟಾಗಿ ಸೇರಿ ಆ ಚಿತ್ರಕ್ಕೆ ಬಣ್ಣ ಹಚ್ಚಲು ಆರಂಭಿಸುತ್ತೇವೆ. "ನಾವು ಅಂದುಕೊಂಡಂತೆ ಒಂದು ಪುಟ್ಟ ಮನೆ, ಸಂಜೆಯ ಪಯಣ, ಮಳೆಯಲಿ ನೆನೆಯುವ ಆಸೆಗಳು..." ಹೀಗೆ ಪಟ್ಟಿ ಬೆಳೆಯುತ್ತಲೇ ಹೋಗುತ್ತದೆ. ವಾಸ್ತವದ ಕಷ್ಟಗಳು ಈ ಕನಸುಗಳ ಮುಂದೆ ತೃಣಸಮಾನವಾಗಿ ಕಾಣುತ್ತವೆ. ಪ್ರೀತಿಯ ಅಮಲಿನಲ್ಲಿ ಅಸಾಧ್ಯವಾದುದು ಯಾವುದೂ ಇಲ್ಲ ಎಂಬ ಭ್ರಮೆಯೂ ನಮ್ಮನ್ನು ಆವರಿಸಿರುತ್ತದೆ.

ಸಣ್ಣ ಸಣ್ಣ ಸಂಭ್ರಮಗಳು

ಬಣ್ಣದ ಲೋಕದಲ್ಲಿ ಕೇವಲ ದೊಡ್ಡ ದೊಡ್ಡ ಆಸೆಗಳಿರುವುದಿಲ್ಲ; ಸಣ್ಣ ವಿಷಯಗಳಲ್ಲೂ ಅತೀವ ಸಂತೋಷವಿರುತ್ತದೆ. ಒಟ್ಟಾಗಿ ಸವಿದ ಒಂದೇ ಕಪ್ ಕಾಫಿ, ರಸ್ತೆ ಬದಿಯ ಗಾಡಿಯಲಿ ತಿಂದ ತಿಂಡಿ, ಅಥವಾ ಯಾರಿಗೂ ಕೇಳಿಸದಂತೆ ಆಡಿದ ಪಿಸುಮಾತುಗಳು ಬದುಕಿನ ಶ್ರೇಷ್ಠ ನೆನಪುಗಳಾಗುತ್ತವೆ. ಸಮಯ ಹೇಗೆ

ಓಡುತ್ತದೆ ಎಂಬ ಅರಿವೇ ಇರುವುದಿಲ್ಲ. ಗಂಟೆಗಟ್ಟಲೆ ಮಾತನಾಡಿದರೂ ಇನ್ನೂ ಏನೋ ಬಾಕಿ ಉಳಿದಿದೆ ಎಂಬ ಹಂಬಲ ಇಬ್ಬರನ್ನೂ ಕಾಡುತ್ತಿರುತ್ತದೆ."ಯಾವತ್ತೂ ನಿನ್ನನ್ನು ಬಿಟ್ಟು ಹೋಗುವುದಿಲ್ಲ", "ಸಾವಿರ ಜನ್ಮವಿದ್ದರೂ ನಿನ್ನನ್ನೇ ಪ್ರೀತಿಸುವೆ" ಎಂಬ ಮಾತುಗಳು ಗಾಳಿಯಲ್ಲಿ ತೇಲಿ ಬರುತ್ತವೆ. ಆ ಕ್ಷಣಕ್ಕೆ ಆ ಮಾತುಗಳು ಕೇವಲ ಶಬ್ದಗಳಲ್ಲ, ಅವು ಆತ್ಮದ ಪ್ರಮಾಣವಚನಗಳಂತೆ ಭಾಸವಾಗುತ್ತವೆ. ಒಬ್ಬರನ್ನೊಬ್ಬರು ಸಂಪೂರ್ಣವಾಗಿ ಅರ್ಥಮಾಡಿಕೊಂಡಿದ್ದೇವೆ ಎಂಬ ಅತಿಯಾದ ಆತ್ಮವಿಶ್ವಾಸವು ಈ ಹಂತದ ವಿಶೇಷತೆ. ಪರಸ್ಪರರ ದೌರ್ಬಲ್ಯಗಳೂ ಸಹ ಇಲ್ಲಿ ಸೌಂದರ್ಯವಾಗಿ ಕಾಣುತ್ತವೆ.

ಬಣ್ಣದ ಲೋಕದಲ್ಲಿ ವಿಹರಿಸುವಾಗ ಹೊರಗಿನ ಜಗತ್ತು ನಮಗೆ ಗೌಣವಾಗಿ ಕಾಣುತ್ತದೆ. ಸಮಾಜದ ನಿಯಮಗಳು, ಜನರ ಟೀಕೆಗಳು ಯಾವುದೂ ನಮ್ಮನ್ನು ತಟ್ಟುವುದಿಲ್ಲ. ನಮ್ಮದೇ ಆದ ಒಂದು ಪುಟ್ಟ ಪ್ರಪಂಚವನ್ನು ನಾವು ಸೃಷ್ಟಿಸಿಕೊಂಡಿರುತ್ತೇವೆ. ಆ ಪ್ರಪಂಚದಲ್ಲಿ ಕೇವಲ ಪ್ರೀತಿ, ಕಾಳಜಿ ಮತ್ತು ನಗು ಮಾತ್ರ ಇರುತ್ತದೆ. ಇದು ಪ್ರತಿಯೊಬ್ಬ ಪ್ರೇಮಿಯೂ ಅನುಭವಿಸುವ 'ಸ್ವರ್ಗ'.

ಕವಿತೆ:

"ನೂರು ಮಾತುಗಳ ನಡುವೆ ಒಂದು ಮೌನ ಸಂಕೇತ,
ನಿನ್ನ ಜೊತೆಗಿನ ಪಯಣವೇ ಈಗ ಬದುಕಿನ ಸಂಗೀತ.
ಕನಸಿನ ಅರಮನೆಗೆ ಪ್ರೀತಿಯೇ ಅಡಿಪಾಯ,
ನಿನ್ನ ನಗುವಿನಲಿ ಅಡಗಿದೆ ಇಡೀ ಜಗತ್ತಿನ ಮಾಯ."

ಸಣ್ಣ ಮುನಿಸು: ಪ್ರೀತಿಯ ರುಚಿ ಹೆಚ್ಚಿಸುವ ಉಪ್ಪು

ಪ್ರೀತಿಯಲ್ಲಿ ಕೇವಲ ನಗು ಮತ್ತು ಒಪ್ಪಿಗೆಗಳಿದ್ದರೆ ಅದು ಯಾಂತ್ರಿಕವೆನಿಸಿಬಿಡುತ್ತಿತ್ತು. ಆದರೆ ಈ 'ಸಣ್ಣ ಮುನಿಸು' ಇದೆಯಲ್ಲ, ಅದು ಪ್ರೀತಿಯನ್ನು ಹದಗೊಳಿಸುವ ಒಂದು ಮಾಂತ್ರಿಕ ಶಕ್ತಿ. ಯಾವುದೋ ಒಂದು ಸಣ್ಣ ಕಾರಣಕ್ಕೆ ಶುರುವಾಗುವ ಈ ಕಣ್ಣ ಮುಚ್ಚಾಲೆ ಆಟ, ಪ್ರೀತಿಯ ಆಳವನ್ನು ಅಳೆಯುವ ಒಂದು ಅಳತೆಗೋಲು ಕೂಡ ಹೌದು.

೧. ಕಾರಣವಿಲ್ಲದ ಕೋಪ:

ಕೆಲವೊಮ್ಮೆ ಅವರು ಮಾಡಿದ ಸಣ್ಣ ತಪ್ಪು, ಹೇಳದ ಒಂದು ಮಾತು ಅಥವಾ ತಡವಾಗಿ ಮಾಡಿದ ಫೋನ್ ಕರೆ ಮುನಿಸಿಗೆ ನಾಂದಿಯಾಗುತ್ತದೆ. ಆ ಕ್ಷಣದಲ್ಲಿ "ನಿನಗೆ ನನ್ನ ಮೇಲೆ ಕಾಳಜಿಯೇ ಇಲ್ಲ" ಎಂಬ ನಾಟಕೀಯ ದೂರೊಂದು ಸದ್ದಿಲ್ಲದೆ ಬಂದುಬಿಡುತ್ತದೆ. ಮುಖ ಉಬ್ಬಿಸಿಕೊಂಡು ಕುಳಿತುಕೊಳ್ಳುವುದು, ಕೇಳಿದ ಪ್ರಶ್ನೆಗೆ ಕೇವಲ 'ಹುಂ', 'ಹಾ' ಎಂದು ಉತ್ತರಿಸುವುದು - ಇವೆಲ್ಲವೂ ಆ

ಮುನಿಸಿನ ಭಾಗಗಳು. ಆದರೆ ಈ ಕೋಪದ ಹಿಂದೆ ದ್ವೇಷವಿರುವುದಿಲ್ಲ, ಬದಲಾಗಿ "ನೀನು ನನ್ನನ್ನು ಸಮಾಧಾನಪಡಿಸು" ಎಂಬ ಅದಮ್ಯ ಹಂಬಲವಿರುತ್ತದೆ.

೧. ಸಮಾಧಾನಪಡಿಸುವ ಕಲೆ:

ಮುನಿಸು ಬಂದಾಗ ಅದನ್ನು ಹೋಗಲಾಡಿಸಲು ಮಾಡುವ ಕಸರತ್ತುಗಳೇ ಒಂದು ಸುಂದರ ಅನುಭವ. ಅತಿ ಇಷ್ಟವಾದ ಚಾಕೊಲೇಟ್ ತರುವುದು, "ಕ್ಷಮಿಸು" ಎಂದು ನೂರಾರು ಬಾರಿ ಸಂದೇಶ ಕಳುಹಿಸುವುದು, ಅಥವಾ ಕೇವಲ ಒಂದು ಪುಟ್ಟ ನಗುವಿನ ಮೂಲಕ ಮನಸ್ಸನ್ನು ಕರಗಿಸುವುದು - ಇವೆಲ್ಲವೂ ಸಂಬಂಧವನ್ನು ಮತ್ತಷ್ಟು ಗಟ್ಟಿಗೊಳಿಸುತ್ತವೆ. ಮುನಿಸು ಮರೆತು ಮತ್ತೆ ಒಂದಾದಾಗ ಸಿಗುವ ಆ ಸಮಾಧಾನವಿದೆಯಲ್ಲ, ಅದು ಮಳೆಗಾಲದ ನಂತರ ಮೂಡುವ ಕಾಮನಬಿಲ್ಲಿನಂತೆ ಮನಸ್ಸನ್ನು ಪ್ರಸನ್ನಗೊಳಿಸುತ್ತದೆ.

೨. ಅರ್ಥಮಾಡಿಕೊಳ್ಳುವ ಪಕ್ವತೆ:

ಸಣ್ಣ ಮುನಿಸುಗಳು ನಮಗೆ ಒಬ್ಬ ವ್ಯಕ್ತಿಯ ಸ್ವಭಾವವನ್ನು ಅರ್ಥಮಾಡಿಕೊಳ್ಳಲು ಸಹಾಯ ಮಾಡುತ್ತವೆ. ಅವರಿಗೆ ಯಾವುದರಿಂದ ಬೇಸರವಾಗುತ್ತದೆ? ಅವರನ್ನು ಹೇಗೆ ಖುಷಿಪಡಿಸಬಹುದು? ಎಂಬ ಸಣ್ಣ ವಿಷಯಗಳು ಇಲ್ಲಿಂದಲೇ ತಿಳಿಯುತ್ತವೆ. ಜಗಳವಾಡಿ ದೂರ ಸರಿಯುವುದಕ್ಕಿಂತ, ಜಗಳವಾಡಿಯೂ ಜೊತೆಗೇ ಇರುವುದೇ ನಿಜವಾದ ಪ್ರೀತಿ. ಈ ಮುನಿಸುಗಳು ಪ್ರೀತಿಯ ದಾರಿಯಲ್ಲಿ ಬರುವ ಸಣ್ಣ ಸ್ಪೀಡ್ ಬ್ರೇಕರ್ಗಳಿದ್ದಂತೆ; ಅವು ವೇಗವನ್ನು ಕಡಿಮೆ ಮಾಡುತ್ತವೆಯೇ ಹೊರತು ಪಯಣವನ್ನು ನಿಲ್ಲಿಸುವುದಿಲ್ಲ.

ಪುಟ್ಟ ಸಾಲುಗಳು:

"ನಿನ್ನ ಮುನಿಸಿನಲ್ಲಿದೆ ನೂರಾರು ಮಾತುಗಳ ಸಂತೆ,
ನಾ ನಿನ್ನ ಸಮಾಧಾನಪಡಿಸುವುದೇ ಒಂದು ಕಲೆಯಂತೆ.
ಜಗಳವಾಡಿ ದೂರ ಹೋದರೂ ಮನಸ್ಸು ನಿನ್ನನ್ನೇ ನೆನೆಯುವುದು,
ಈ ಸಣ್ಣ ಕೋಪವೇ ನಮ್ಮ ಪ್ರೀತಿಯನ್ನು ಮತ್ತಷ್ಟು ಬೆಸೆಯುವುದು."

>

3

ಅಧ್ಯಾಯ ೩: ಬಿರುಗಾಳಿಯ ಮುನ್ಸೂಚನೆ - ತಪ್ಪು ತಿಳುವಳಿಕೆಗಳು

ಯಾವುದೇ ಸುಂದರವಾದ ಸರೋವರದಲ್ಲಿ ಕಲ್ಲೊಂದನ್ನು ಎಸೆದಾಗ ಅಲೆಗಳು ಏಳುವಂತೆ, ನಿಶ್ಚಿಂತವಾಗಿದ್ದ ಪ್ರೀತಿಯ ಪಯಣದಲ್ಲಿ 'ಅನುಮಾನ' ಮತ್ತು 'ತಪ್ಪು ತಿಳುವಳಿಕೆ' ಎನ್ನುವ ಕಲ್ಲುಗಳು ಬೀಳತೊಡಗುತ್ತವೆ. ಮೊದಮೊದಲು ಇವು ಸಣ್ಣ ಅಲೆಗಳಂತೆ ಕಂಡರೂ, ಸರಿಯಾದ ಸಮಯದಲ್ಲಿ ಗಮನಿಸದಿದ್ದರೆ ಅವು ಬಿರುಗಾಳಿಯಾಗಿ ಬದಲಾಗಿ ಇಡೀ ಸಂಬಂಧವನ್ನೇ ನಡುಗಿಸಿಬಿಡುತ್ತವೆ.

ಬದಲಾದ ಹಾದಿಯ ಮೊದಲ ಹೆಜ್ಜೆ

ಮೊನ್ನೆವರೆಗೂ ಗಂಟೆಗಟ್ಟಲೆ ಮಾತನಾಡುತ್ತಿದ್ದ ಫೋನ್ ಕರೆಗಳು ಈಗ ನಿಮಿಷಗಳಿಗೆ ಸೀಮಿತವಾಗುತ್ತವೆ. "ನಾನು ಬಿಜಿಯಿದ್ದೇನೆ", "ಆಮೇಲೆ ಮಾತನಾಡುತ್ತೇನೆ" ಎನ್ನುವ ಸಿದ್ಧ ಉತ್ತರಗಳು ಹೆಚ್ಚಾಗುತ್ತವೆ. ಕೇಳುವ ಪ್ರಶ್ನೆಗಳಿಗೆ ನೇರವಾದ ಉತ್ತರ ಸಿಗುವುದಿಲ್ಲ. ಪ್ರೀತಿಯಲ್ಲಿರುವಾಗ ಪ್ರತಿಯೊಂದು ಬದಲಾವಣೆಯೂ ನಮಗೆ ತಕ್ಷಣವೇ ಅರಿವಾಗುತ್ತದೆ. ಒಂದು ಕಾಲದಲ್ಲಿ ನಮ್ಮ ಮಾತಿಗಾಗಿ ಕಾಯುತ್ತಿದ್ದವರು, ಈಗ ನಮ್ಮ ಉಪಸ್ಥಿತಿಯಿಂದಲೇ ದೂರ ಸರಿಯಲು ಪ್ರಯತ್ನಿಸುತ್ತಿದ್ದಾರೆ ಎಂಬ ಸಣ್ಣ ಸಂಶಯ ಮನಸ್ಸನ್ನು ಕೊರೆಯಲು ಶುರು ಮಾಡುತ್ತದೆ.ಸಂವಹನದ ಕೊರತೆ (Communication Gap) ಉಂಟಾದಾಗ ಅಲ್ಲಿ ತಪ್ಪು ತಿಳುವಳಿಕೆಗಳು ಮನೆ ಮಾಡುತ್ತವೆ. ಅವರು ಹೇಳದ ಮಾತುಗಳನ್ನು ನಾವು ಊಹಿಸಿಕೊಳ್ಳುತ್ತೇವೆ, ಅವರು ಮಾಡದ ತಪ್ಪುಗಳಿಗೆ ನಾವು ಕಾರಣ ಹುಡುಕುತ್ತೇವೆ. ಸಣ್ಣ ವಿಷಯಗಳು ದೊಡ್ಡ ಜಗಳಕ್ಕೆ ಕಾರಣವಾಗುತ್ತವೆ. "ನೀನು ಮೊದಲಿನಂತಿಲ್ಲ" ಎನ್ನುವ ಆರೋಪಗಳು ಪ್ರೀತಿಯ ಜಾಗದಲ್ಲಿ ಬಂದು ಕುಳಿತುಕೊಳ್ಳುತ್ತವೆ. ಒಬ್ಬರನ್ನೊಬ್ಬರು ಅರ್ಥಮಾಡಿಕೊಳ್ಳಲು ಪ್ರಯತ್ನಿಸುವುದಕ್ಕಿಂತ ಹೆಚ್ಚಾಗಿ, ತನ್ನನ್ನು ತಾನು ಸಮರ್ಥಿಸಿಕೊಳ್ಳುವ (Self-defense) ಹಠ ಹೆಚ್ಚಾಗುತ್ತದೆ.

ಮಾತುಗಳಿಗಿಂತ ಮೌನವು ಹೆಚ್ಚು ಅಪಾಯಕಾರಿ. ಜಗಳವಾಡಿದಾಗ ಅಲ್ಲಿ ಭಾವನೆಗಳ ಹೊರಹಾಕುವಿಕೆಯಾದರೂ ಇರುತ್ತದೆ. ಆದರೆ, ಒಬ್ಬರನ್ನೊಬ್ಬರು ನಿರ್ಲಕ್ಷಿಸಲು (Ignoring) ಶುರು ಮಾಡಿದಾಗ ಅಲ್ಲಿ ಪ್ರೀತಿಯ ಅಂತ್ಯದ ಮುನ್ಸೂಚನೆ ಸಿಗುತ್ತದೆ. ಆ ಮೌನವು ಅಸಹನೀಯವಾಗಿರುತ್ತದೆ. ಯಾವುದೋ ಒಂದು ಹೇಳಲಾಗದ ನೋವು ಇಬ್ಬರ ನಡುವೆ ದೊಡ್ಡ ಗೋಡೆಯನ್ನು ನಿರ್ಮಿಸಿರುತ್ತದೆ. ಈ ಹಂತದಲ್ಲಿ ಮನಸ್ಸು ಪದೇ ಪದೇ ಹಳೆಯ ಸುಂದರ ದಿನಗಳನ್ನು ನೆನಪಿಸಿಕೊಂಡು ಮರುಗುತ್ತದೆ. "ಎಲ್ಲವೂ ಮೊದಲಿನಂತೆ ಆಗಬಾರದೇ?" ಎಂಬ ಹಂಬಲವಿದ್ದರೂ, ಇಬ್ಬರ ಅಹಂ (Ego) ಆ ಗೋಡೆಯನ್ನು ದಾಟಲು ಬಿಡುವುದಿಲ್ಲ.ಪ್ರೀತಿಯ ಅಡಿಪಾಯವೇ ನಂಬಿಕೆ. ಒಮ್ಮೆ ಆ ನಂಬಿಕೆಯಲ್ಲಿ ಬಿರುಕು ಮೂಡಿದರೆ, ಅದನ್ನು ಸರಿಪಡಿಸುವುದು ಅಷ್ಟು ಸುಲಭವಲ್ಲ. ಅನುಮಾನದ ಕಣ್ಣಿನಿಂದ ನೋಡುವ ಪ್ರತಿ ವರ್ತನೆಯೂ ತಪ್ಪಾಗಿಯೇ ಕಾಣುತ್ತದೆ. ಪ್ರೀತಿಯ ಬಣ್ಣದ ಲೋಕವು ಈಗ ಕಪ್ಪು-ಬಿಳುಪಿನಂತೆ ಭಾಸವಾಗತೊಡಗುತ್ತದೆ. ಆ ಒಂದು ಕಾಲದ 'ನಮ್ಮವ್ರು' ಈಗ 'ಅಪರಿಚಿತರಂತೆ' ವರ್ತಿಸುವುದು ಸಹಿಸಲಾಗದ ನೋವು ನೀಡುತ್ತದೆ.

ಕವಿತೆ:

> "ಸಣ್ಣ ಬಿರುಕಿನಲಿ ಶುರುವಾದ ಪಯಣವಿದು,
> ಮೌನದ ಗೋಡೆಯಲಿ ಬಂದು ನಿಂತಿದೆ ಇಂದು.
> ಮಾತು ಮರೆತಿದೆ ಹಳೆಯ ರಾಗವನು,
> ನಂಬಿಕೆ ಕಳೆದುಕೊಂಡಿದೆ ತನ್ನ ಅರಿವನು."

ಸಮಾಜದ ಅಥವಾ ಗೆಳೆಯರ ಹಸ್ತಕ್ಷೇಪ: ಕಾಣದ ಕೈಗಳ ಆಟ

ಪ್ರೀತಿ ಎನ್ನುವುದು ಇಬ್ಬರು ವ್ಯಕ್ತಿಗಳ ಖಾಸಗಿ ವಿಷಯವಾಗಿದ್ದರೂ, ಅದು ಬೆಳೆಯುವುದು ಸಮಾಜ ಮತ್ತು ಸ್ನೇಹಿತರ ನಡುವೆಯೇ. ಕೆಲವೊಮ್ಮೆ ಹಿತೈಷಿಗಳಂತೆ ಬರುವವರು ಅರಿಯದೆಯೇ ಪ್ರೀತಿಯ ಬಿರುಕನ್ನು ದೊಡ್ಡದು ಮಾಡುತ್ತಾರೆ. "ಹೊರಗಿನವರ ಮಾತು ಕಿವಿಗೆ ಬಿದ್ದಾಗ, ಒಳಗಿನವರ ಮೇಲಿನ ನಂಬಿಕೆ ಸಡಿಲವಾಗುತ್ತದೆ"

೧. ಗೆಳೆಯರ ಗುಂಪಿನ ಪ್ರಭಾವ:

ನಮ್ಮ ಕಷ್ಟ ಸುಖಗಳಿಗೆ ಜೊತೆಯಾಗುವ ಗೆಳೆಯರೇ ಕೆಲವೊಮ್ಮೆ ತಪ್ಪು ತಿಳುವಳಿಕೆಗೆ ಕಾರಣವಾಗಬಹುದು. "ಅವರು ನಿನ್ನನ್ನು ಸರಿಯಾಗಿ ನಡೆಸಿಕೊಳ್ಳುತ್ತಿಲ್ಲ", "ಅವರು ಬೇರೆಯವರ ಜೊತೆ ಮಾತನಾಡುತ್ತಿರುವುದನ್ನು

ನಾನು ನೋಡಿದೆ", ಅಥವಾ "ನಿನಗೆ ಅವರಿಗಿಂತ ಉತ್ತಮರು ಸಿಗುತ್ತಾರೆ" ಎನ್ನುವ ಸಲಹೆಗಳು ವಿಷದಂತೆ ಕೆಲಸ ಮಾಡುತ್ತವೆ. ಪ್ರೀತಿಯಲ್ಲಿರುವಾಗ ಮನಸ್ಸು ಮಗುವಿನಂತಿರುತ್ತದೆ; ಯಾರೋ ಹೇಳಿದ ಸಣ್ಣ ಮಾತೂ ಕೂಡ ಸಂಗಾತಿಯ ಮೇಲೆ ಅನುಮಾನ ಪಡುವಂತೆ ಮಾಡುತ್ತದೆ. ಗೆಳೆಯರ ತಮಾಷೆಯ ಮಾತುಗಳು ಕೂಡ ಗಂಭೀರವಾದ ಜಗಳಕ್ಕೆ ನಾಂದಿಯಾಗುತ್ತವೆ.

೨. ಸಮಾಜದ ಕಟ್ಟುಪಾಡುಗಳು ಮತ್ತು ಟೀಕೆಗಳು:

"ಲೋಕ ಏನು ಹೇಳುತ್ತದೋ?" ಎನ್ನುವ ಭಯ ಪ್ರೀತಿಯ ಅತಿದೊಡ್ಡ ಶತ್ರು. ಜಾತಿ, ಧರ್ಮ, ಅಂತಸ್ತು ಅಥವಾ ಕೇವಲ ಜನರ ಮಾತುಗಳಿಗೆ ಹೆದರಿ ಪ್ರೇಮಿಗಳು ಪರಸ್ಪರ ದೂರ ಸರಿಯಲು ಶುರು ಮಾಡುತ್ತಾರೆ. ಮನೆಯಲ್ಲಿ ಹಿರಿಯರು ಹಾಕುವ ನಿರ್ಬಂಧಗಳು ಮತ್ತು ಸಮಾಜದಲ್ಲಿ ಗೌರವ ಕಳೆದುಕೊಳ್ಳುವ ಭೀತಿಯು ಪ್ರೀತಿಯನ್ನು ಹತ್ತಿಕ್ಕುತ್ತದೆ. "ನಮ್ಮ ಪ್ರೀತಿಗೆ ಭವಿಷ್ಯವಿದೆಯೇ?" ಎನ್ನುವ ಪ್ರಶ್ನೆ ಕಾಡತೊಡಗಿದಾಗ, ಸಂಗಾತಿಯ ಮೇಲಿನ ಪ್ರೀತಿಗಿಂತ ಹೆಚ್ಚಾಗಿ ಸಾಮಾಜಿಕ ಒತ್ತಡವೇ ದೊಡ್ಡದಾಗಿ ಕಾಣುತ್ತದೆ.

೩. ಕಿವಿಮಾತುಗಳ ವಿಷವರ್ತುಲ:

ಪ್ರೀತಿಯಲ್ಲಿ ಸಮಸ್ಯೆಗಳಾದಾಗ ನಾವು ಹೋಗಿ ಹೇಳಿಕೊಳ್ಳುವುದು ನಮ್ಮ ನಿಕಟವರ್ತಿಗಳ ಬಳಿ. ಆದರೆ, ಅವರು ನೀಡುವ ಸಲಹೆಗಳು ಯಾವಾಗಲೂ ಸರಿಯಾಗಿರುವುದಿಲ್ಲ. ಪ್ರತಿಯೊಬ್ಬರೂ ತಮ್ಮ ಅನುಭವದ ದೃಷ್ಟಿಕೋನದಿಂದ ಸಲಹೆ ನೀಡುತ್ತಾರೆ, ಅದು ನಿಮ್ಮ ಸಂಬಂಧಕ್ಕೆ ಹೊಂದಿಕೆಯಾಗದೇ ಇರಬಹುದು. "ಅವರು ಕರೆ ಮಾಡದಿದ್ದರೆ ನೀನೂ ಮಾಡಬೇಡ", "ಅವರು ಅಹಂ ತೋರಿಸಿದರೆ ನೀನೂ ತೋರಿಸು" ಎನ್ನುವ ಸಲಹೆಗಳು ಇಬ್ಬರ ನಡುವಿನ ಮೌನದ ಗೋಡೆಯನ್ನು ಮತ್ತಷ್ಟು ಎತ್ತರಿಸುತ್ತವೆ.

೪. ಹೋಲಿಕೆ ಎಂಬ ಶಾಪ:

"ನೋಡು, ಅವರ ಪ್ರೀತಿ ಎಷ್ಟು ಚೆನ್ನಾಗಿದೆ, ನೀನು ಮಾತ್ರ ಹೀಗೆ" ಎಂದು ಮತ್ತೊಂದು ಜೋಡಿಗೆ ಹೋಲಿಕೆ ಮಾಡುವುದು ಅಥವಾ ಸಿನಿಮೀಯ ಪ್ರೀತಿಯನ್ನು ನಿರೀಕ್ಷಿಸುವುದು ಸಮಾಜ ನೀಡುವ ಮತ್ತೊಂದು ಕೊಡುಗೆ. ಈ ಹೋಲಿಕೆಯು ಅತೃಪ್ತಿಗೆ ಕಾರಣವಾಗಿ, ಇದ್ದ ಸುಂದರ ಸಂಬಂಧವನ್ನೂ ಹಾಳು ಮಾಡುತ್ತದೆ.

ಪುಟ್ಟ ಸಾಲುಗಳು:

"ನಮ್ಮ ಪ್ರೀತಿಯ ಹಾದಿಯಲಿ ನೂರಾರು ಕಣ್ಣುಗಳು,
ಹಿತೈಷಿಗಳ ಸೋಗಿನಲಿ ಬಂದವು ನೂರಾರು ಹಿತನುಡಿಗಳು.

ಯಾರೋ ಹೇಳಿದ ಸುಳ್ಳು ನಮಗೆ ಸತ್ಯವಾಯಿತಲ್ಲ,
ಕಣ್ಣೆದುರಿಗಿದ್ದ ಪ್ರೀತಿ ಮಾತ್ರ ನಂಬಿಕೆಗೆ ಅರ್ಹವಾಗಲಿಲ್ಲ."

"ಅವರು ನಿನಗೆ ಸರಿ ಹೊಂದುವುದಿಲ್ಲ": ಮನಸ್ಸಿನಲ್ಲಾದ ಭೂಕಂಪ

ನಮ್ಮ ಪ್ರೀತಿಯ ಲೋಕದಲ್ಲಿ ನಾವು ಸುಖವಾಗಿದ್ದಾಗ, ಯಾರೋ ಒಬ್ಬರು ಬಂದು ಎಸೆಯುವ ಒಂದು ಸಣ್ಣ ಮಾತು—"ಅವನು/ಅವಳು ನಿನಗೆ ಸರಿ ಹೊಂದುವುದಿಲ್ಲ"—ಇಡೀ ಅಡಿಪಾಯವನ್ನೇ ನಡುಗಿಸಿಬಿಡುತ್ತದೆ. ಆ ಒಂದು ವಾಕ್ಯ ಕೇವಲ ಶಬ್ದಗಳಲ್ಲ, ಅದು ನಮ್ಮ ಆತ್ಮವಿಶ್ವಾಸದ ಮೇಲೆ ಮಾಡುವ ಪ್ರಹಾರ.

೧. ಮೊದಲ ಪ್ರತಿಕ್ರಿಯೆ: ನಿರಾಕರಣೆ ಮತ್ತು ಕೋಪ

ಯಾರೋ ನಮ್ಮ ಆಯ್ಕೆಯನ್ನು ಪ್ರಶ್ನಿಸಿದಾಗ ಮೊದಲು ಬರುವುದು ಸಿಟ್ಟು. "ನಮ್ಮ ಬಗ್ಗೆ ಅವರಿಗೆ ಏನು ಗೊತ್ತು?", "ನಮ್ಮ ಪ್ರೀತಿಯ ಆಳ ಅವರಿಗೆ ತಿಳಿಯಲು ಸಾಧ್ಯವೇ?" ಎಂದು ಮನಸ್ಸು ಬಂಡಾಯ ಏಳುತ್ತದೆ. ನಮಗೆ ಅತ್ಯಂತ ಆಪ್ತವಾದ ವ್ಯಕ್ತಿಯನ್ನು ಯಾರೋ ಕೀಳಾಗಿ ಕಂಡಾಗ ಅಥವಾ ನಮ್ಮಿಬ್ಬರ ನಡುವೆ ಹೊಂದಾಣಿಕೆ ಇಲ್ಲ ಎಂದು ತೀರ್ಪು ನೀಡಿದಾಗ, ಅವರನ್ನು ಶತ್ರುಗಳಂತೆ ನೋಡುತ್ತೇವೆ. ಆ ಕ್ಷಣದಲ್ಲಿ ನಮ್ಮ ಸಂಗಾತಿಯ ಪರವಾಗಿ ವಾದಿಸಲು ನೂರು ಕಾರಣಗಳು ಸಿದ್ಧವಿರುತ್ತವೆ.

೨. ಸದ್ದಿಲ್ಲದೆ ನುಸುಳುವ ಅನುಮಾನದ ವಿಷ

ಆದರೆ, ಸಮಯ ಕಳೆದಂತೆ ಆ ಮಾತುಗಳು ಮನಸ್ಸಿನ ಮೂಲೆಯಲ್ಲಿ ವಿಷದಂತೆ ಹರಡಲು ಶುರು ಮಾಡುತ್ತವೆ. ಒಬ್ಬರೇ ಕುಳಿತಾಗ, ಅವರು ಹೇಳಿದ "ಕಾರಣಗಳು" ನೆನಪಾಗುತ್ತವೆ. "ಅವಳ ಸ್ವಭಾವ ನಿನಗೆ ಮ್ಯಾಚ್ ಆಗಲ್ಲ", "ಅವನ ಹಿನ್ನೆಲೆ ಬೇರೆ, ನಿನ್ನದೇ ಬೇರೆ", "ಮುಂದೆ ನೀನು ಪೆಟ್ಟು ತಿನ್ನುತ್ತೀಯೆ"—ಈ ಮಾತುಗಳು ಕಿವಿಯಲ್ಲಿ ರಿಂಗಣಿಸುತ್ತವೆ. ಸಂಗಾತಿಯಲ್ಲಿ ಈ ಮೊದಲು ಕಾಣದಿದ್ದ ಸಣ್ಣ ಸಣ್ಣ ತಪ್ಪುಗಳು ಈಗ ದೊಡ್ಡದಾಗಿ ಕಾಣತೊಡಗುತ್ತವೆ. ಪ್ರೀತಿಯಿಂದ ನೋಡುತ್ತಿದ್ದ ಕಣ್ಣುಗಳು ಈಗ 'ಪರೀಕ್ಷಕನ' ಕಣ್ಣುಗಳಾಗಿ ಬದಲಾಗುತ್ತವೆ.

೩. ಮನಸ್ಸಿನ ತಲ್ಲಣ ಮತ್ತು ತುಮುಲ

ಹೃದಯ ಹೇಳುತ್ತದೆ "ಅವರನ್ನು ಪ್ರೀತಿಸು" ಎಂದು, ಆದರೆ ಮಿದುಳು ಹೇಳುತ್ತದೆ "ಜಗತ್ತು ಹೇಳುತ್ತಿರುವುದು ನಿಜವಿರಬಹುದೇ?" ಎಂದು. ಈ ದ್ವಂದ್ವವು ನಿದ್ದೆ ಗೆಡಿಸುತ್ತದೆ. ಅವರ ಜೊತೆ ಮಾತನಾಡುವಾಗಲೂ ಆ ಹಳೇ ನಿರರ್ಗಳತೆ ಇರುವುದಿಲ್ಲ. ಪ್ರತಿಯೊಂದು ಮಾತನ್ನೂ ತೂಗಿ ಅಳೆಯತೊಡಗುತ್ತೇವೆ.

"ನಿಜವಾಗಿಯೂ ನಾವು ಒಬ್ಬರಿಗೊಬ್ಬರು ಸರಿ ಹೊಂದುವುದಿಲ್ಲವೇ?" ಎಂಬ ಪ್ರಶ್ನೆ ನಮ್ಮ ಮತ್ತು ಅವರ ನಡುವೆ ಒಂದು ಅದೃಶ್ಯ ಗೋಡೆಯನ್ನು ನಿರ್ಮಿಸುತ್ತದೆ.

೪. ಕಳೆದುಹೋದ ಸಹಜತೆ

ಪ್ರೀತಿಯಲ್ಲಿ 'ಸಹಜತೆ' (Naturality) ಬಹಳ ಮುಖ್ಯ. ಯಾವಾಗ ನಾವು ಲೋಕದ ಮಾತುಗಳಿಗೆ ಕಿವಿಗೊಡುತ್ತೇವೋ, ಆ ಸಹಜತೆ ಸತ್ತು ಹೋಗುತ್ತದೆ. ಅವರ ನಗು ಈಗ ನಕಲಿ ಎನಿಸಬಹುದು, ಅವರ ಕಾಳಜಿ ಈಗ ಹತೋಟಿ (Control) ಎನಿಸಬಹುದು. ಯಾರೋ ಅಂದ ಒಂದು ಮಾತು ನಮ್ಮ ಕಣ್ಣಿಗೆ ಕಟ್ಟಿದ್ದ ಪ್ರೀತಿಯ ಪಟ್ಟಿಯನ್ನು ಬಿಚ್ಚಿ ಬಿಸಾಡಿರುತ್ತದೆ, ಆದರೆ ಅದರ ಜೊತೆಗೆ ನಮ್ಮ ನೆಮ್ಮದಿಯನ್ನೂ ಕಿತ್ತುಕೊಂಡಿರುತ್ತದೆ.

> ಮನದಾಳದ ಸಾಲುಗಳು:
> "ನನ್ನ ಕಣ್ಣಿಗೆ ಚಂದವಿದ್ದ ಬಿಂಬವದು,
> ಯಾರೋ ಅಂದ ಒಂದು ಮಾತಿಗೆ ಮಸುಕಾಯಿತು.
> ನೂರಾರು ಕನಸು ಕಂಡ ಈ ಹೃದಯ ಇಂದು,
> ಲೋಕದ ತರ್ಕಕ್ಕೆ ಸಿಲುಕಿ ಸೊರಗಿತು."

>

4

ಅಧ್ಯಾಯ ೪: ಮೌನದ ಗೋಡೆ ಮತ್ತು ದೂರಾದ ದಾರಿಗಳು

ಪ್ರೀತಿಯಲ್ಲಿ ಜಗಳಗಳಿಗಿಂತಲೂ ಅತಿ ಹೆಚ್ಚು ನೋವು ಕೊಡುವುದು 'ಮೌನ'. ಒಂದು ಕಾಲದಲ್ಲಿ ಮಾತುಗಳ ಮಳೆಯಾಗುತ್ತಿದ್ದ ಜಾಗದಲ್ಲಿ ಈಗ ಮೌನದ ಮರುಭೂಮಿ ನಿರ್ಮಾಣವಾಗಿದೆ. ಈ ಅಧ್ಯಾಯವು ಎರಡು ಜೀವಗಳು ಒಂದೇ ಹಾದಿಯಲ್ಲಿ ನಡೆಯುತ್ತಲಿದ್ದರೂ, ಮನಸ್ಸುಗಳು ಹೇಗೆ ಮೈಲುಗಳಷ್ಟು ದೂರ ಸರಿದವು ಎಂಬುದರ ಕಟು ವಾಸ್ತವ.

೧. ಮೌನದ ಗೋಡೆಯ ನಿರ್ಮಾಣ

ತಪ್ಪು ತಿಳುವಳಿಕೆಗಳು ಹೆಚ್ಚಾದಂತೆ, ಮಾತನಾಡಿ ಬಗೆಹರಿಸಿಕೊಳ್ಳುವ ತಾಳ್ಮೆ ಇಬ್ಬರಲ್ಲೂ ಕಡಿಮೆಯಾಗುತ್ತದೆ. "ನಾನು ಯಾಕೆ ಮೊದಲು ಮಾತನಾಡಬೇಕು?" ಎಂಬ ಅಹಂ (Ego) ಮಧ್ಯೆ ಬಂದು ನಿಲ್ಲುತ್ತದೆ. ಫೋನ್ ರಿಂಗ್ ಆದರೂ ಎತ್ತದ ಮನಸ್ಸು, ಬಂದ ಸಂದೇಶಗಳಿಗೆ ತಡವಾಗಿ ಪ್ರತಿಕ್ರಿಯಿಸುವ ಜಾಯಮಾನ ಶುರುವಾಗುತ್ತದೆ. ಈ ಮೌನವು ಕೇವಲ ಶಬ್ದಗಳಿಲ್ಲದಿರುವುದಲ್ಲ; ಇದು ಭಾವನೆಗಳ ಹರಿವು ನಿಂತು ಹೋಗಿರುವುದು. ಇಬ್ಬರ ನಡುವೆ ಒಂದು ಅದೃಶ್ಯ ಗೋಡೆ ಎತ್ತರಕ್ಕೆ ಬೆಳೆಯುತ್ತಾ ಹೋಗುತ್ತದೆ, ಆ ಗೋಡೆಯ ಆಚೆ ಈಚೆ ನಿಂತು ಒಬ್ಬರನ್ನೊಬ್ಬರು ನೋಡಲಾಗದ ಸ್ಥಿತಿ ತಲುಪುತ್ತೇವೆ.

೨. ದೂರಾದ ದಾರಿಗಳ ಅನಿವಾರ್ಯತೆ

ಯಾವಾಗ ಪ್ರೀತಿಯಲ್ಲಿ ಗೌರವ ಮತ್ತು ನಂಬಿಕೆ ಕಡಿಮೆಯಾಗುತ್ತದೋ, ಆಗ ಜೊತೆಗಿದ್ದರೂ ಒಬ್ಬಂಟಿ ಎಂಬ ಭಾವನೆ ಕಾಡತೊಡಗುತ್ತದೆ. "ಒಟ್ಟಿಗೆ ಇದ್ದು ಪ್ರತಿದಿನ ನೊಂದುಕೊಳ್ಳುವುದಕ್ಕಿಂತ, ದೂರವಾಗುವುದೇ ಲೇಸು" ಎಂಬ ಕಠಿಣ

ನಿರ್ಧಾರಕ್ಕೆ ಮನಸ್ಸು ಬರತೊಡಗುತ್ತದೆ. ಆ ಒಂದು 'ಕೊನೆಯ ಮಾತು' ಅಥವಾ 'ಕೊನೆಯ ಭೇಟಿ' ಅತ್ಯಂತ ಭಾರವಾಗಿರುತ್ತದೆ. ಕಣ್ಣ ಮುಂದೆ ಸಾವಿರಾರು ನೆನಪುಗಳು ಹಾದು ಹೋದರೂ, ವಾಸ್ತವದ ಕಹಿ ಅವುಗಳನ್ನು ಮರೆಸುತ್ತದೆ. ಕೈ ಹಿಡಿದು ನಡೆಸಿದ ದಾರಿಗಳು ಈಗ ಕವಲು ದಾರಿಗಳಾಗಿ ಬದಲಾಗುತ್ತವೆ.

೩. ಕೊನೆಯ ವಿದಾಯದ ಭಾರ

ವಿದಾಯ ಹೇಳುವುದು ಸುಲಭವಲ್ಲ. ಅದು ಕೇವಲ ಒಬ್ಬ ವ್ಯಕ್ತಿಗೆ ಹೇಳುವ ವಿದಾಯವಲ್ಲ, ಆ ವ್ಯಕ್ತಿಯ ಜೊತೆ ಕಟ್ಟಿಕೊಂಡಿದ್ದ ಇಡೀ ಕನಸಿನ ಲೋಕಕ್ಕೆ ಹೇಳುವ ವಿದಾಯ. "ಇನ್ನು ಮುಂದೆ ನಾವು ಪರಸ್ಪರರ ಜೀವನದಲ್ಲಿ ಇರುವುದಿಲ್ಲ" ಎಂಬ ಸತ್ಯವನ್ನು ಅರಗಿಸಿಕೊಳ್ಳುವುದು ಅಸಾಧ್ಯವೆನಿಸುತ್ತದೆ. ಅಂದು ನಡೆದ ಆ ಕೊನೆಯ ಸಂಭಾಷಣೆಯಲ್ಲಿ ಪ್ರೀತಿಗಿಂತ ಹೆಚ್ಚಾಗಿ ಅಸಹಾಯಕತೆ ತುಂಬಿರುತ್ತದೆ. ಒಬ್ಬರು ಎಡಕ್ಕೆ ತಿರುಗಿದರೆ, ಇನ್ನೊಬ್ಬರು ಬಲಕ್ಕೆ ನಡೆಯುತ್ತಾರೆ. ಅಂತರ ಹೆಚ್ಚಾದಂತೆ ಅವರ ಬಿಂಬ ಮಸುಕಾಗುತ್ತಾ ಹೋಗುತ್ತದೆ, ಆದರೆ ಹೃದಯದ ಭಾರ ಮಾತ್ರ ಹೆಚ್ಚುತ್ತಲೇ ಇರುತ್ತದೆ.

೪. ಅಪರಿಚಿತರಾದ ಆತ್ಮೀಯರು

ಯಾರಿಗೆ ನಮ್ಮ ಜೀವನದ ಎಲ್ಲಾ ರಹಸ್ಯಗಳು ತಿಳಿದಿದ್ದವೋ, ಯಾರ ಜೊತೆ ನಾವು ನಮ್ಮ ದೌರ್ಬಲ್ಯಗಳನ್ನು ಹಂಚಿಕೊಂಡಿದ್ದೆವೋ, ಅವರು ಈಗ ಕೇವಲ 'ಅಪರಿಚಿತರಾಗಿ' ಬದಲಾಗುತ್ತಾರೆ. ರಸ್ತೆಯಲ್ಲಿ ಆಕಸ್ಮಿಕವಾಗಿ ಸಿಕ್ಕರೂ ಮಾತಾಡದಷ್ಟು ದೂರ ಸರಿಯುತ್ತೇವೆ. ಪ್ರೀತಿ ಕಾಣೆಯಾದ ಮೇಲೆ ಉಳಿಯುವುದು ಕೇವಲ ನೆನಪಿನ ಬೂದಿ ಮಾತ್ರ. ಈ ಹಂತದಲ್ಲಿ ಜಗತ್ತು ಶೂನ್ಯವೆನಿಸುತ್ತದೆ, ಬದುಕು ಅರ್ಥಹೀನವಾಗಿ ಕಾಣತೊಡಗುತ್ತದೆ.

ಕವಿತೆ:

"ಮಾತಿನ ಸೇತುವೆ ಮುರಿದು ಬಿದ್ದಿದೆ ಇಂದು,
ಮೌನವೇ ನಮ್ಮಿಬ್ಬರ ನಡುವಿನ ಬಂಧು.
ಕವಲು ದಾರಿಯಲಿ ಸಾಗಿದೆ ನಮ್ಮ ಪಯಣ,
ನೆನಪಾಗಿ ಉಳಿದಿದೆ ಅಂದಿನ ಆ ಹೂವಿನ ಹೂರಣ."

ತಂತ್ರಜ್ಞಾನದ ಈ ಕಾಲದಲ್ಲಿ, ಒಬ್ಬ ವ್ಯಕ್ತಿಯನ್ನು ಜೀವನದಿಂದ ದೂರ ಮಾಡುವುದು ಎಂದರೆ ಕೇವಲ ಮನಸ್ಸಿನಿಂದಲ್ಲ, ನಮ್ಮ ಫೋನಿನ ಒಳಗಿರುವ ಅವರ ಪ್ರಪಂಚದಿಂದಲೂ ಹೊರಹಾಕುವುದೇ ಆಗಿದೆ.

ಡಿಜಿಟಲ್ ವಿದಾಯ: ಒಂದು ನಂಬರ್ ಮತ್ತು ಸಾವಿರ ನೆನಪುಗಳು

ಪ್ರೀತಿ ದೂರಾದ ಮೇಲೆ ಕಣ್ಣೆದುರು ಆ ವ್ಯಕ್ತಿ ಇರುವುದಿಲ್ಲ ನಿಜ, ಆದರೆ ಕೈಯಲ್ಲಿರುವ ಫೋನಿನ ಪ್ರತಿ ಮೂಲೆಯಲ್ಲೂ ಅವರ ನೆನಪುಗಳು ಜೀವಂತವಾಗಿರುತ್ತವೆ. ಆ ನೆನಪುಗಳನ್ನು ಅಳಿಸಿಹಾಕಲು (Delete) ಮಾಡುವ ಪ್ರಯತ್ನವಿದೆಯಲ್ಲ, ಅದು ನಮ್ಮ ಕೈಯನ್ನೇ ನಾವೇ ಕತ್ತರಿಸಿಕೊಂಡಷ್ಟು ನೋವು ನೀಡುತ್ತದೆ.

೧. ಆ ಒಂದು ನಂಬರ್ ಅಳಿಸುವಾಗ...

ಫೋನಿನ 'Contacts' ಪಟ್ಟಿಯಲ್ಲಿ ಅವರ ಹೆಸರು ಕಂಡಾಗ ಎದೆಯಲ್ಲೊಂದು ನಡುಕ ಶುರುವಾಗುತ್ತದೆ. ಒಂದು ಕಾಲದಲ್ಲಿ 'Speed Dial' ನಲ್ಲಿದ್ದ, ದಿನಕ್ಕೆ ನೂರಾರು ಬಾರಿ ಕರೆ ಮಾಡುತ್ತಿದ್ದ ಆ ನಂಬರ್ ಈಗ ಕೇವಲ ಅಂಕೆಗಳ ಗುಂಪಾಗಿ ಉಳಿದಿರುತ್ತದೆ. 'Delete' ಬಟನ್ ಮೇಲೆ ಬೆರಳು ಇಟ್ಟಾಗ ಮನಸ್ಸು ಸಾವಿರ ಬಾರಿ ತಡೆಯುತ್ತದೆ. "ಈ ನಂಬರ್ ಅಳಿಸಿದರೆ ಅವರೊಂದಿಗಿನ ಕೊನೆಯ ಕೊಂಡಿಯೂ ಕಳಚಿಕೊಳ್ಳುತ್ತದೆಯೇ?" ಎಂಬ ಭೀತಿ ಕಾಡುತ್ತದೆ. ಕೊನೆಗೂ ಆ ನಂಬರ್ ಅಳಿಸಿದಾಗ, ಫೋನ್ ಖಾಲಿಯಾದಂತೆ ಅನಿಸುವುದಿಲ್ಲ, ಬದಲಾಗಿ ಬದುಕೇ ಶೂನ್ಯವಾದಂತೆ ಭಾಸವಾಗುತ್ತದೆ.

೨. ಗ್ಯಾಲರಿಯೊಳಗಿನ ಯುದ್ಧ:

ಫೋನಿನ ಗ್ಯಾಲರಿ ತೆರೆದರೆ ಸಾಕು, ಅಲ್ಲಿ ಸುಂದರ ದಿನಗಳ ಮೆರವಣಿಗೆಯಿದೆ. ಒಟ್ಟಿಗೆ ನಕ್ಕ ಫೋಟೋಗಳು, ಅವರು ಕಳುಹಿಸಿದ ತಮಾಷೆಯ ಚಿತ್ರಗಳು, ಅವರಿಗಾಗಿಯೇ ತೆಗೆದ ಸೆಲ್ಫಿಗಳು... ಪ್ರತಿಯೊಂದು ಫೋಟೋವೂ ಒಂದು ಕಥೆ ಹೇಳುತ್ತದೆ. "ಈ ಫೋಟೋ ತೆಗೆದಾಗ ನಾವು ಎಷ್ಟು ಖುಷಿಯಾಗಿದ್ದೆವು ಅಲ್ವಾ?" ಎಂದು ಮನಸ್ಸು ಪ್ರಶ್ನಿಸುತ್ತದೆ. ಒಂದೊಂದೇ ಫೋಟೋವನ್ನು ಆಯ್ದು ಅಳಿಸುವಾಗ ಕಣ್ಣೀರು ಸ್ಕ್ರೀನ್ ಮೇಲೆ ಬಿದ್ದು ಅಸ್ಪಷ್ಟವಾಗುತ್ತದೆ. ಆ ಫೋಟೋಗಳನ್ನು ಡಿಲೀಟ್ ಮಾಡಬಹುದು, ಆದರೆ ಆ ಕ್ಷಣದಲ್ಲಿ ಅನುಭವಿಸಿದ ಆ ಪ್ರೀತಿಯನ್ನು ಡಿಲೀಟ್ ಮಾಡುವುದು ಹೇಗೆ?

೩. ಚಾಟ್ ಹಿಸ್ಟರಿಯ ಮೌನ:

ವಾಟ್ಸಾಪ್ ಅಥವಾ ಮೆಸೆಂಜರ್‌ನಲ್ಲಿನ ಹಳೆಯ ಮೆಸೇಜ್‌ಗಳನ್ನು ಓದುವುದು ಒಂದು ರೀತಿಯ 'ಸ್ವಯಂ ಹಿಂಸೆ'. ಮೊದಲ ದಿನದ ಆ ಮುಜುಗರದ ಹಾಯ್ ಇಂದ ಹಿಡಿದು, ಕೊನೆಯ ದಿನದ ಆ ಕಹಿ ಜಗಳದವರೆಗಿನ ಎಲ್ಲಾ ಮಾತುಗಳು ಅಲ್ಲಿರುತ್ತವೆ. "I Love You" ಎಂಬ ಹಳೆಯ ಸಂದೇಶವನ್ನು ಈಗ ಓದಿದಾಗ ಅದು ಅಪಹಾಸ್ಯದಂತೆ ಕಾಣುತ್ತದೆ. 'Clear Chat' ಕೊಡುವಾಗ ಇಡೀ ಇತಿಹಾಸವೇ ಅಳಿಸಿ ಹೋದಂತೆ ಭಾಸವಾಗುತ್ತದೆ. ಫೋನ್ ಈಗ ಹಗುರವಾಗಿದೆ

ನಿಜ, ಆದರೆ ಹೃದಯ ಮಾತ್ರ ಸೀಸದಂತೆ ಭಾರವಾಗಿರುತ್ತದೆ.

೪. ಸಾಮಾಜಿಕ ಜಾಲತಾಣದ ಕಣ್ಣಾಮುಚ್ಚಾಲೆ:

ಅವರ ಪ್ರೊಫೈಲ್ ನೋಡುವುದನ್ನು ಬಿಡಬೇಕು ಎಂದು ಅಂದುಕೊಂಡರೂ, ಕೈ ಅರಿವಿಲ್ಲದೆಯೇ ಅವರ ಹೆಸರನ್ನು ಸರ್ಚ್ ಮಾಡುತ್ತದೆ. ಅವರು ಹಾಕುವ ಹೊಸ ಪೋಸ್ಟ್‌ಗಳು, ಅವರ ಬದಲಾದ ಜೀವನದ ಚಿತ್ರಗಳು ನಮಗೆ ಸಂಬಂಧವಿಲ್ಲದಿದ್ದರೂ ಕಾಡುತ್ತವೆ. 'Unfollow' ಅಥವಾ 'Block' ಮಾಡುವುದು ಕೇವಲ ಒಂದು ಆಪ್ಷನ್ ಅಲ್ಲ, ಅದು ನಮ್ಮ ಸೋಲಿನ ಒಪ್ಪಿಗೆಯಂತೆ ಕಾಣುತ್ತದೆ.

> ಮನದಾಳದ ಸಾಲುಗಳು:

"ಬೆರಳ ತುದಿಯಲಿ ಅಳಿಸಿ ಹೋಯಿತು ನಿನ್ನ ನಂಬರ್ ಮತ್ತು ಹೆಸರು,
ಆದರೆ ಎದೆಯ ಗೂಡಿನಲಿ ಇನ್ನು ಬಾಕಿ ಇದೆ ನಿನ್ನದೇ ಉಸಿರು.
ಫೋಟೋ ಅಳಿಸಿದರೆ ನೆನಪುಗಳು ಸಾಯುವುದೇ ಗೆಳಯ/ಗೆಳತಿ?
ನಿನ್ನ ಬಿಟ್ಟು ಹೋದ ಶೂನ್ಯಕೆ ಸಿಗುತ್ತಿಲ್ಲ ಯಾವುದೇ ಮುಕ್ತಿ."

>

5

ಅಧ್ಯಾಯ ೫: ನೆನಪುಗಳ ಸುಳಿಯಲ್ಲಿ ಒಬ್ಬಂಟಿ ಪಯಣ

ಪ್ರೀತಿ ಕಾಣೆಯಾದ ಮೇಲೆ ಬದುಕು ನಿಂತು ಹೋಗುವುದಿಲ್ಲ ನಿಜ, ಆದರೆ ಅದು ಬಣ್ಣ ಕಳೆದುಕೊಂಡ ಹಳೆಯ ಸಿನಿಮಾದಂತೆ ಭಾಸವಾಗತೊಡಗುತ್ತದೆ. ಈ ಅಧ್ಯಾಯವು ಕಳೆದುಕೊಂಡ ವ್ಯಕ್ತಿಗಿಂತ ಹೆಚ್ಚಾಗಿ, ಅವರ ಅನುಪಸ್ಥಿತಿಯಲ್ಲಿ ಸಾಗಬೇಕಾದ 'ಒಬ್ಬಂಟಿ ಪಯಣ'ದ ಕಟು ವಾಸ್ತವವನ್ನು ತೆರೆದಿಡುತ್ತದೆ.

೧. ಶೂನ್ಯತೆಯ ಸದ್ದು

ಹಿಂದೆಲ್ಲಾ ಒಟ್ಟಿಗೆ ಕಳೆದ ಅದೇ ಸಂಜೆಗಳು ಈಗ ಅತೀವವಾದ ಶೂನ್ಯತೆಯನ್ನು ತರುತ್ತವೆ. ಕಾಫಿ ಕುಡಿಯುವಾಗ ಎದುರಿನ ಕುರ್ಚಿ ಖಾಲಿ ಇರುವುದು, ರಸ್ತೆಯಲ್ಲಿ ನಡೆಯುವಾಗ ಪಕ್ಕದಲ್ಲಿ ಹಿಡಿದುಕೊಳ್ಳಲು ಕೈ ಇಲ್ಲದಿರುವುದು - ಇವೆಲ್ಲವೂ ಸಣ್ಣ ವಿಷಯಗಳಾದರೂ ಮನಸ್ಸನ್ನು ಚುಚ್ಚುತ್ತವೆ. "ಜೊತೆಗಿದ್ದಾಗ ಈ ಕ್ಷಣಗಳು ಇಷ್ಟು ಅಮೂಲ್ಯವೆಂದು ತಿಳಿದಿರಲಿಲ್ಲ" ಎಂಬ ಸತ್ಯ ತಡವಾಗಿ ಅರಿವಾಗುತ್ತದೆ. ಈ ಹಂತದಲ್ಲಿ ಮೌನವು ಕೇವಲ ಶಾಂತಿಯಲ್ಲ, ಅದು ಕಿವಿಗಡಚಿಕ್ಕುವ ಶಬ್ದದಂತೆ ನಮ್ಮನ್ನು ಕಾಡುತ್ತದೆ.

೨. ನೆನಪುಗಳ ಹಾವಳಿ

ನೆನಪುಗಳು ಎನ್ನುವುದು ಅತ್ಯಂತ ವಿಚಿತ್ರವಾದವು. ನಾವು ಮರೆಯಬೇಕು ಎಂದು ಅಂದುಕೊಂಡಷ್ಟು ಅವು ನಮಗೆ ಹೆಚ್ಚು ಕಾಟ ನೀಡುತ್ತವೆ. ಯಾವುದೋ ಒಂದು ಪರಿಮಳ, ರಸ್ತೆಯಲ್ಲಿ ಹೋಗುವ ಯಾರೋ ಒಬ್ಬರ ನಗು ಅಥವಾ ಅವರು ಇಷ್ಟಪಡುತ್ತಿದ್ದ ಹಾಡು ಕೇಳಿಸಿದರೆ ಸಾಕು, ಮನಸ್ಸು ಕ್ಷಣಾರ್ಧದಲ್ಲಿ ಗತಕಾಲಕ್ಕೆ ಜಿಗಿಯುತ್ತದೆ. ಅಂದು ಅವರು ಹೇಳಿದ ಮಾತುಗಳು ಕಿವಿಯಲ್ಲಿ ರಿಂಗಣಿಸುತ್ತವೆ. ಆ ಕ್ಷಣದ ಸುಖಕ್ಕಿಂತ, ಆ ಕ್ಷಣ ಈಗ ಇಲ್ಲವಲ್ಲ ಎಂಬ ನೋವೇ ಹೆಚ್ಚಾಗಿ ಕಾಡುತ್ತದೆ.

ನೆನಪುಗಳ ಸುಳಿಯಲ್ಲಿ ಸಿಲುಕಿದ ಹಡಗಿನಂತೆ ಮನಸ್ಸು ದಿಕ್ಕು ಕಾಣದೆ ತೊಳಲಾಡುತ್ತದೆ.

೩. ಒಂಟಿತನದ ಹೊಸ ವ್ಯಾಖ್ಯಾನ

ಒಂಟಿತನ ಎಂದರೆ ಕೇವಲ ಒಬ್ಬರೇ ಇರುವುದು ಎಂದರ್ಥವಲ್ಲ. ಸಾವಿರ ಜನರ ನಡುವೆ ಇದ್ದರೂ, ನಮಗೆ ಬೇಕಾದವರು ನಮ್ಮೊಂದಿಗಿಲ್ಲ ಎಂಬ ಅರಿವೇ ನಿಜವಾದ ಒಂಟಿತನ. ಗೆಳೆಯರೊಂದಿಗೆ ನಗುತ್ತಿದ್ದರೂ ಒಳಗೊಳಗೆ ಯಾವುದೋ ಒಂದು ಭಾಗ ಸತ್ತು ಹೋದಂತೆ ಭಾಸವಾಗುತ್ತದೆ. ಪ್ರತಿಯೊಂದು ಸಂಭಾಷಣೆಯೂ ಅಪೂರ್ಣವೆನಿಸುತ್ತದೆ. ಈ ಹಂತದಲ್ಲಿ ಮನುಷ್ಯ ತನ್ನನ್ನು ತಾನು ಕತ್ತಲೆಯ ಕೋಣೆಯಲ್ಲಿ ಅಥವಾ ಏಕಾಂತದಲ್ಲಿ ಬಂಧಿಸಿಕೊಳ್ಳಲು ಇಷ್ಟಪಡುತ್ತಾನೆ. "ಯಾರೂ ಬೇಡ" ಎಂಬ ಹಠ ಮತ್ತು "ಯಾರಾದರೂ ಇರಬಾರದೇ?" ಎಂಬ ಹಂಬಲದ ನಡುವೆ ಯುದ್ಧ ನಡೆಯುತ್ತಿರುತ್ತದೆ.

೪. ಕಾಲದ ವಿಚಿತ್ರ ವೇಗ

ಪ್ರೀತಿಯಲ್ಲಿದ್ದಾಗ ರೆಕ್ಕೆ ಕಟ್ಟಿ ಹಾರುತ್ತಿದ್ದ ಸಮಯ, ಈಗ ಭಾರವಾದ ಕಲ್ಲಿನಂತೆ ಒಂದಿಂಚೂ ಚಲಿಸದಂತೆ ಭಾಸವಾಗುತ್ತದೆ. ಒಂದು ದಿನ ಕಳೆಯುವುದು ಕೂಡ ಒಂದು ಯುಗದಂತೆ ತೋರುತ್ತದೆ. ರಾತ್ರಿಯಿಡೀ ಹಳೆಯ ಮೆಸೇಜ್ಗಳನ್ನು ಓದುತ್ತಾ ಅಥವಾ ಅವರ ಫೋಟೋಗಳನ್ನು ನೋಡುತ್ತಾ ಕಳೆಯುವ ಆ ಸಮಯವು ನಮಗೆ ನಾವೇ ಮಾಡಿಕೊಳ್ಳುವ ಮಾನಸಿಕ ಹಿಂಸೆಯಂತೆ ಇರುತ್ತದೆ. "ಕಾಲ ಎಲ್ಲವನ್ನೂ ಮರೆಸುತ್ತದೆ" ಎಂಬ ಮಾತು ಆ ಕ್ಷಣಕ್ಕೆ ಸುಳ್ಳಿನಂತೆ ಕಾಣುತ್ತದೆ.

> ಕವಿತೆ:

"ಜೊತೆಯಲಿ ನಡೆದ ಹಾದಿ ಇಂದು ಬರಿಯ ಮಣ್ಣು,
ನಿನ್ನ ಹುಡುಕುತ್ತಲೇ ಆಯಾಸಗೊಂಡಿದೆ ನನ್ನ ಕಣ್ಣು.
ಒಂಟಿ ಪಯಣದಲಿ ನೆನಪುಗಳೇ ನನ್ನ ಸಾಲು,
ಬದುಕಿನ ಪುಟದಿ ಉಳಿದಿದೆ ಕೇವಲ ವಿರಹದ ಪಾಲು."

ನೆನಪಿನ ಪ್ರಚೋದಕಗಳು: ಮೌನವಾಗಿ ಮಾತನಾಡುವ ವಸ್ತುಗಳು

ಪ್ರೀತಿ ದೂರಾದ ಮೇಲೆ ನಾವು ಆ ವ್ಯಕ್ತಿಯಿಂದ ಭೌತಿಕವಾಗಿ ದೂರವಿರಬಹುದು, ಆದರೆ ನಮ್ಮ ಸುತ್ತಮುತ್ತಲಿನ ವಸ್ತುಗಳು ಅವರ 'ಪ್ರತಿನಿಧಿಗಳಂತೆ' ವರ್ತಿಸಲು ಶುರು ಮಾಡುತ್ತವೆ. ಇವುಗಳನ್ನು 'ನೆನಪಿನ ಪ್ರಚೋದಕಗಳು' (Memory Triggers) ಎನ್ನಬಹುದು. ಇವು ನಮಗೆ ತಿಳಿಯದಂತೆ ನಮ್ಮ ಭಾವನೆಗಳ ಮೇಲೆ ಆಕ್ರಮಣ ಮಾಡುತ್ತವೆ.

೧. ಆ ನೆಚ್ಚಿನ ಹಾಡು:

ರೇಡಿಯೋದಲ್ಲೋ ಅಥವಾ ಎಲ್ಲೋ ದೂರದ ಅಂಗಡಿಯಲ್ಲೋ ಆ ಒಂದು ನಿರ್ದಿಷ್ಟ ಹಾಡು ಕೇಳಿಸಿದರೆ ಸಾಕು, ಮನಸ್ಸು ಕ್ಷಣಾರ್ಧದಲ್ಲಿ ಹಿಂದಕ್ಕೆ ಸರಿಯುತ್ತದೆ. ಆ ಹಾಡನ್ನು ಒಟ್ಟಿಗೆ ಕೇಳಿದಾಗ ಅನುಭವಿಸಿದ ಆಪ್ತತೆ, ಆ ಸಾಲುಗಳಿಗೆ ಇಬ್ಬರೂ ಸೇರಿ ನೀಡಿದ ಅರ್ಥಗಳು ಕಣ್ಣ ಮುಂದೆ ಬರುತ್ತವೆ. "ಈ ಹಾಡು ನಮಗಾಗಿಯೇ ಬರೆದದ್ದು" ಎಂದು ಅಂದುಕೊಂಡಿದ್ದ ಆ ಕ್ಷಣ ಈಗ ಕೇವಲ ನೋವಿನ ರಾಗವಾಗಿ ಬದಲಾಗಿರುತ್ತದೆ. ಹಾಡು ಮುಗಿದರೂ ಅದರ ಗುಂಗು ಇಡೀ ದಿನವನ್ನು ಹಾಳು ಮಾಡಬಲ್ಲ ಶಕ್ತಿ ಹೊಂದಿರುತ್ತದೆ.

೨. ಉಡುಗೊರೆಗಳ ಮೌನ:

ಅವರು ನೀಡಿದ ಒಂದು ಪುಟ್ಟ ಕೀಚೈನ್, ಬರ್ತ್ಡೇಗೆ ಕೊಟ್ಟ ಶರ್ಟ್ ಅಥವಾ ಅವರು ಪ್ರೀತಿಯಿಂದ ತಂದ ಪುಸ್ತಕ - ಇವು ಕೇವಲ ವಸ್ತುಗಳಲ್ಲ, ನೆನಪುಗಳ ಜೀವಂತ ಪಳೆಯುಳಿಕೆಗಳು. ಆ ವಸ್ತುಗಳನ್ನು ಬಳಸಲೂ ಆಗದೆ, ಎಸೆದುಬಿಡಲೂ ಮನಸ್ಸಿಲ್ಲದೆ ಕಪಾಟಿನ ಮೂಲೆಯಲ್ಲಿ ಇಟ್ಟಿರುತ್ತೇವೆ. ಆದರೆ ಆ ಕಪಾಟು ತೆರೆದಾಗಲೆಲ್ಲಾ ಆ ವಸ್ತುಗಳು "ನಾವು ಇಲ್ಲೇ ಇದ್ದೇವೆ, ಅವರು ಎಲ್ಲಿದ್ದಾರೆ?" ಎಂದು ನಮ್ಮನ್ನು ಅಣಕಿಸುವಂತೆ ಭಾಸವಾಗುತ್ತದೆ. ಆ ವಸ್ತುಗಳ ಮೇಲಿರುವ ಅವರ ಸ್ಪರ್ಶದ ನೆನಪು ನಮ್ಮನ್ನು ಕಾಡುತ್ತಲೇ ಇರುತ್ತದೆ.

೩. ಪರಿಮಳದ ಮಾಯೆ:

ಘ್ರಾಣಶಕ್ತಿಗೆ ನೆನಪುಗಳನ್ನು ಕೆರಳಿಸುವ ಅದ್ಭುತ ಶಕ್ತಿಯಿದೆ. ರಸ್ತೆಯಲ್ಲಿ ಹೋಗುವ ಯಾರೋ ಒಬ್ಬರು ಅವರು ಬಳಸುತ್ತಿದ್ದ ಅದೇ ಪರ್ಫ್ಯೂಮ್ ಬಳಸಿದ್ದರೆ ಅಥವಾ ಅವರು ಇಷ್ಟಪಡುತ್ತಿದ್ದ ಕಾಫಿಯ ವಾಸನೆ ಮೂಗಿಗೆ ಬಡಿದರೆ ಸಾಕು, ಅರಿವಿಲ್ಲದೆಯೇ ಕಣ್ಣುಗಳು ಅವರನ್ನು ಹುಡುಕತೊಡಗುತ್ತವೆ. ಆ ಒಂದು ಕ್ಷಣ "ಅವರು ಇಲ್ಲೇ ಎಲ್ಲೋ ಇದ್ದಾರೆ" ಎಂಬ ಭ್ರಮೆಯನ್ನು ಆ ಪರಿಮಳ ಸೃಷ್ಟಿಸುತ್ತದೆ. ಆ ಕ್ಷಣದ ತಲ್ಲಣವು ವಿವರಿಸಲಾಗದಷ್ಟು ತೀವ್ರವಾಗಿರುತ್ತದೆ.

೪. ಆ ನಿರ್ದಿಷ್ಟ ಜಾಗಗಳು:

ಪ್ರತಿ ನಗರದಲ್ಲೂ ಇಬ್ಬರೂ ಸೇರಿ "ನಮ್ಮ ಜಾಗ" ಎಂದು ಗುರುತಿಸಿಕೊಂಡ ಒಂದು ಪಾರ್ಕ್ ಬೆಂಚ್, ಒಂದು ಕೆಫೆ ಅಥವಾ ಒಂದು ರಸ್ತೆ ಇರುತ್ತದೆ. ಪ್ರೀತಿ ಕಾಣೆಯಾದ ಮೇಲೆ ಆ ಜಾಗಗಳ ಮೂಲಕ ಹಾದು ಹೋಗುವುದು ಒಂದು ಸವಾಲೇ ಸರಿ. ಆ ಖಾಲಿ ಬೆಂಚ್ ಮೇಲೆ ಕುಳಿತಾಗ ಪಕ್ಕದಲ್ಲಿ ಅವರಿದ್ದ ಆ ಸಂಜೆಗಳು ಚಿತ್ರದಂತೆ ಮೂಡಿ ಬರುತ್ತವೆ. ಜಗತ್ತಿಗೆ ಅದು ಕೇವಲ ಒಂದು ಸ್ಥಳ, ಆದರೆ ನಮಗೆ ಅದು ಕಳೆದುಹೋದ ಸಾಮ್ರಾಜ್ಯದ ಅವಶೇಷ.

ಮನದಾಳದ ಸಾಲುಗಳು:
"ವಸ್ತುಗಳಿಗೇನು ಗೊತ್ತು ನೊಂದ ಜೀವದ ಕಥೆ,
ಅವು ಮೌನವಾಗಿದ್ದರೂ ನೀಡುತ್ತವೆ ನೆನಪುಗಳ ಜೊತೆ.
ಗಾಳಿಯಲಿ ತೇಲಿ ಬಂದ ಆ ಹಳೆಯ ಹಾಡಿನ ಸ್ವರ,
ಹೆಚ್ಚಿಸಿದೆ ಎದೆಯಲಿ ಇಂದು ಕಾಣದ ಭಾರ."

6

ಅಧ್ಯಾಯ ೬: ಕಾಣೆಯಾದ ಪ್ರೀತಿಯ ಹುಡುಕಾಟ

ಪ್ರೀತಿ ಕಾಣೆಯಾದಾಗ ಮನಸ್ಸು ಅದನ್ನು ಒಪ್ಪಿಕೊಳ್ಳಲು ಸಿದ್ಧವಿರುವುದಿಲ್ಲ. "ಎಲ್ಲವೂ ಮುಗಿದುಹೋಯಿತು" ಎಂಬ ಸತ್ಯವನ್ನು ಅರಗಿಸಿಕೊಳ್ಳಲಾಗದೆ, ಕಳೆದುಹೋದ ಆ ಸುಂದರ ಕ್ಷಣಗಳನ್ನು ಮತ್ತೆ ಹುಡುಕುವ, ಮರಳಿ ಪಡೆಯುವ ಹಠಕ್ಕೆ ಬೀಳುತ್ತೇವೆ. ಈ ಅಧ್ಯಾಯವು ಕೇವಲ ವ್ಯಕ್ತಿಯ ಹುಡುಕಾಟವಲ್ಲ, ಬದಲಾಗಿ ಕಳೆದುಹೋದ ನಮ್ಮದೇ ಸಂತೋಷದ ಹುಡುಕಾಟ.

೧. ಹತಾಶೆಯ ಹಂತ (The Desperation)

ದೂರಾದ ಮೇಲೆ ಆರಂಭದಲ್ಲಿ ಬರುವುದು ಹತಾಶೆ. "ನಾನು ಎಲ್ಲಿ ತಪ್ಪು ಮಾಡಿದೆ?", "ಮತ್ತೆ ಮಾತನಾಡಿದರೆ ಸರಿ ಹೋಗಬಹುದೇ?" ಎಂಬ ಪ್ರಶ್ನೆಗಳು ಕಾಡುತ್ತವೆ. ಅಹಂಕಾರವನ್ನು ಬದಿಗೊತ್ತಿ ಮತ್ತೆ ಅವರಿಗೆ ಫೋನ್ ಮಾಡುವುದು ಅಥವಾ ಮೆಸೇಜ್ ಕಳುಹಿಸುವ ಸಾಹಸ ಮಾಡುತ್ತೇವೆ. "ಒಂದೇ ಒಂದು ಬಾರಿ ಮಾತನಾಡು", "ನಾವು ಮತ್ತೆ ಒಂದಾಗೋಣ" ಎಂಬ ವಿನಂತಿಗಳಲ್ಲಿ ಪ್ರೀತಿಗಿಂತ ಹೆಚ್ಚಾಗಿ ಅಸಹಾಯಕತೆ ಎದ್ದು ಕಾಣುತ್ತದೆ. ಆದರೆ, ಎದುರಿಗಿರುವವರು ಈಗಾಗಲೇ ಮಾನಸಿಕವಾಗಿ ದೂರ ಸರಿದಿದ್ದರೆ, ನಮ್ಮ ಈ ಪ್ರಯತ್ನಗಳು ಅವರಿಗೆ ಕಿರಿಕಿರಿ ಅಥವಾ ದಬ್ಬಾಳಿಕೆಯಂತೆ ಭಾಸವಾಗುತ್ತವೆ.

೨. ಉತ್ತರ ಸಿಗದ ಪ್ರಶ್ನೆಗಳು

ಹುಡುಕಾಟದ ಹಾದಿಯಲ್ಲಿ ನಮಗೆ ಬೇಕಿರುವುದು ಕೇವಲ ಒಂದು 'ಸ್ಪಷ್ಟನೆ' (Closure). "ಯಾಕೆ ಹೀಗಾಯಿತು?" ಎಂಬ ಪ್ರಶ್ನೆಗೆ ಉತ್ತರ ಸಿಗುವವರೆಗೂ ಮನಸ್ಸು ಶಾಂತವಾಗುವುದಿಲ್ಲ. ಅವರ ಪ್ರತಿಯೊಂದು ಹಳೆಯ ನಡೆಯನ್ನು ವಿಶ್ಲೇಷಿಸುತ್ತೇವೆ. ಗೆಳೆಯರ ಹತ್ತಿರ ಅವರ ಬಗ್ಗೆ ವಿಚಾರಿಸುವುದು, ಅವರು

ಹೋಗುವ ಜಾಗಗಳಲ್ಲಿ ಆಕಸ್ಮಿಕವಾಗಿ ಸಿಗಲು ಪ್ರಯತ್ನಿಸುವುದು - ಇವೆಲ್ಲವೂ ಮನಸ್ಸಿನ ದೌರ್ಬಲ್ಯದ ಲಕ್ಷಣಗಳು. ಆದರೆ ನೆನಪಿಡಿ, ಕೆಲವೊಮ್ಮೆ 'ಉತ್ತರ ಸಿಗದಿರುವುದೇ' ಒಂದು ದೊಡ್ಡ ಉತ್ತರವಾಗಿರುತ್ತದೆ.

೩. ಭ್ರಮೆಯ ಲೋಕ (Living in Denial)

ಈ ಹಂತದಲ್ಲಿ ಮನುಷ್ಯ ಒಂದು ರೀತಿಯ ಭ್ರಮೆಯಲ್ಲಿ ಬದುಕುತ್ತಾನೆ. "ಅವರು ಮತ್ತೆ ಬರುತ್ತಾರೆ", "ಇದು ಕೇವಲ ಒಂದು ಸಣ್ಣ ವಿರಾಮ ಅಷ್ಟೇ" ಎಂದು ತನ್ನನ್ನು ತಾನು ಸಮಾಧಾನಪಡಿಸಿಕೊಳ್ಳುತ್ತಾನೆ. ಕಳೆದುಹೋದ ಪ್ರೀತಿಯನ್ನು ಸಾಮಾಜಿಕ ಜಾಲತಾಣಗಳಲ್ಲಿ ಹುಡುಕುವುದು, ಅವರ ಪ್ರತಿಯೊಂದು 'Status' ಅಥವಾ ಫೋಟೋಗೆ ನಮಗೂ ಸಂಬಂಧವಿದೆ ಎಂದು ಭಾವಿಸುವುದು ಒಂದು ರೀತಿಯ ಮಾನಸಿಕ ಹಿಂಸೆ. ಈ ಹುಡುಕಾಟವು ನಮ್ಮನ್ನು ಸುಸ್ತಾಗಿಸುತ್ತದೆಯೇ ಹೊರತು ಶಾಂತಿಯನ್ನು ನೀಡುವುದಿಲ್ಲ.

೪. ವ್ಯರ್ಥ ಪ್ರಯತ್ನದ ಅರಿವು

ಕೊನೆಗೊಂದು ದಿನ ನಮಗೆ ಅರಿವಾಗುತ್ತದೆ - ನಾವು ಹುಡುಕುತ್ತಿರುವುದು ವ್ಯಕ್ತಿಯನ್ನಲ್ಲ, ಬದಲಾಗಿ ಅಂದು ನಮ್ಮ ನಡುವೆ ಇದ್ದ ಆ 'ಭಾವನೆ'ಯನ್ನು. ವ್ಯಕ್ತಿ ಸಿಗಬಹುದು, ಆದರೆ ಅಂದಿನ ಆ ಪ್ರೀತಿ, ಆ ನಂಬಿಕೆ ಮತ್ತು ಆ ಗೌರವ ಮರಳಿ ಬರುವುದು ಅಸಾಧ್ಯ. ಒಡೆದ ಕನ್ನಡಿಯ ಬಿಂಬಗಳನ್ನು ಎಷ್ಟು ಅಂಟಿಸಿದರೂ ಬಿರುಕು ಕಾಣಿಸಿಯೇ ಕಾಣುತ್ತದೆ. ಈ ಕಹಿ ಸತ್ಯದ ಅರಿವಾದಾಗ ಹುಡುಕಾಟ ನಿಲ್ಲುತ್ತದೆ ಮತ್ತು ಮೌನ ಆವರಿಸುತ್ತದೆ.

ಕವಿತೆ:

"ಮರಳದ ಹಾದಿಯಲಿ ನಿನ್ನ ಹುಡುಕಿದೆ ನಾನು,
ಮೌನದ ಉತ್ತರವನ್ನೇ ನೀಡಿದೆ ನೀನು.
ಕಳೆದುಹೋದ ಪ್ರೀತಿ ಮರಳಿ ಬರುವುದೇ ಗೆಳೆಯ?
ಈಗ ಉಳಿದಿರುವುದು ಬರಿಯ ನೆನಪಿನ ಅಸ್ಥಿಪಂಜರ."

. ಕಳೆದುಹೋದ ಪ್ರೀತಿಗಾಗಿ ಹಂಬಲಿಸುತ್ತಾ, ನಮ್ಮ ಅರಿವಿಲ್ಲದೆಯೇ ನಾವು ನಮ್ಮ 'ಸ್ವಗೌರವ'ವನ್ನೇ (Self-respect) ಹೇಗೆ ಬಲಿ ಕೊಡುತ್ತೇವೆ:

ಆತ್ಮಾವಲೋಕನ: ಕಳೆದುಹೋದ 'ನನ್ನ' ಹುಡುಕಾಟ

ಪ್ರೀತಿಯ ಹುಡುಕಾಟದಲ್ಲಿ ನಾವು ಅತಿದೊಡ್ಡ ತಪ್ಪು ಮಾಡುವುದು ಎಂದರೆ, ಎದುರಿಗಿದ್ದ ವ್ಯಕ್ತಿಯನ್ನು ಹಿಡಿದಿಟ್ಟುಕೊಳ್ಳುವ ಆತುರದಲ್ಲಿ ನಮ್ಮನ್ನು ನಾವು ಕಳೆದುಕೊಳ್ಳುವುದು. "ಅವರು ಇಲ್ಲದೆ ನಾನು ಬದುಕಲಾರೆ" ಎಂಬ ಭಾವನೆ ನಮ್ಮನ್ನು ಅಸಹಾಯಕರನ್ನಾಗಿ ಮಾಡುತ್ತದೆ. ಈ ಹಂತದಲ್ಲಿ ನಡೆಯುವ

'ಆತ್ಮಾವಲೋಕನ' ನಮಗೆ ಕಹಿಯಾದ ಸತ್ಯಗಳನ್ನು ದರ್ಶನ ಮಾಡಿಸುತ್ತದೆ.

೧. ಭಿಕ್ಷೆಯಂತೆ ಬೇಡಿದ ಪ್ರೀತಿ:

ಒಂದು ಕಾಲದಲ್ಲಿ ರಾಜ-ರಾಣಿಯಂತೆ ಮೆರೆದ ಪ್ರೀತಿ, ಈಗ ಕೇವಲ ಒಂದು ಫೋನ್ ಕರೆಗಾಗಿ ಅಥವಾ ಒಂದು ಸಣ್ಣ ಸಂದೇಶಕ್ಕಾಗಿ ಭಿಕ್ಷೆ ಬೇಡುವ ಸ್ಥಿತಿಗೆ ತಲುಪಿರುತ್ತದೆ. "ದಯವಿಟ್ಟು ನನ್ನನ್ನು ಬಿಟ್ಟು ಹೋಗಬೇಡ", "ನಾನು ನಿನಗಾಗಿ ಏನು ಬೇಕಾದರೂ ಮಾಡಲು ಸಿದ್ಧ" ಎಂದು ಬೇಡಿಕೊಳ್ಳುವಾಗ, ನಮ್ಮೊಳಗಿನ ಆತ್ಮಗೌರವ ಸದ್ದಿಲ್ಲದೆ ಸತ್ತು ಹೋಗಿರುತ್ತದೆ. ನಮ್ಮನ್ನು ಬೇಡವೆಂದು ದೂರ ತಳ್ಳಿದವರ ಹಿಂದೆ ಹೋದಷ್ಟೂ, ನಮ್ಮ ಬೆಲೆ ನಮಗೇ ಅರಿವಿಲ್ಲದಂತೆ ಕಡಿಮೆಯಾಗುತ್ತದೆ. ಆ ಕ್ಷಣದಲ್ಲಿ ನಮಗೆ ಪ್ರೀತಿಗಿಂತ ಹೆಚ್ಚಾಗಿ ಆ ವ್ಯಕ್ತಿಯ ಮೇಲೆ 'ಅವಲಂಬನೆ' (Dependency) ಹೆಚ್ಚಾಗಿರುತ್ತದೆ.

೨. ಬದಲಾಗಲು ಒಪ್ಪಿದ ನಕಲಿ ವ್ಯಕ್ತಿತ್ವ:

"ನಿನಗೆ ನನ್ನಲ್ಲಿ ಏನು ಇಷ್ಟವಿಲ್ಲವೋ ಅದನ್ನು ನಾನು ಬದಲಿಸಿಕೊಳ್ಳುತ್ತೇನೆ" ಎನ್ನುವ ಭರವಸೆಗಳು ನಮ್ಮ ಮೂಲ ವ್ಯಕ್ತಿತ್ವಕ್ಕೆ ಮಾಡುವ ದ್ರೋಹ. ಪ್ರೀತಿ ಇರಬೇಕಾದುದು ನಾವು ಹೇಗಿದ್ದೇವೋ ಹಾಗೆಯೇ ಒಪ್ಪಿಕೊಳ್ಳುವಲ್ಲಿ. ಆದರೆ, ಯಾರನ್ನೋ ಒಲಿಸಿಕೊಳ್ಳಲು ನಾವು ನಮ್ಮ ಇಷ್ಟಗಳನ್ನು, ನಮ್ಮ ಕನಸುಗಳನ್ನು ಅಥವಾ ನಮ್ಮ ಸ್ವಭಾವವನ್ನೇ ಬದಲಿಸಿಕೊಳ್ಳಲು ಮುಂದಾದಾಗ, ನಾವು ನಮಗೇ ಅನ್ಯಾಯ ಮಾಡಿಕೊಳ್ಳುತ್ತೇವೆ. ಆ ಬದಲಾದ ವ್ಯಕ್ತಿತ್ವದಲ್ಲಿ ನಾವು ಎಂದಿಗೂ ಸಂತೋಷವಾಗಿರಲು ಸಾಧ್ಯವಿಲ್ಲ.

೩. ಕನ್ನಡಿಯ ಮುಂದಿನ ಪ್ರಶ್ನೆಗಳು:

ಒಂಟಿಯಾಗಿ ಕುಳಿತು ಕನ್ನಡಿಯ ಮುಂದೆ ನಿಂತಾಗ ನಮಗೆ ನಮ್ಮದೇ ಬಿಂಬ ಅಪರಿಚಿತವಾಗಿ ಕಾಣುತ್ತದೆ. "ನಾನು ಇಷ್ಟು ದೌರ್ಬಲ್ಯ ಹೊಂದಿದ್ದವನೇ?", "ಒಬ್ಬ ವ್ಯಕ್ತಿಗಾಗಿ ನಾನು ಇಷ್ಟೊಂದು ನೊಂದುಕೊಳ್ಳಬೇಕೇ?" ಎಂಬ ಪ್ರಶ್ನೆಗಳು ಎದುರಾಗುತ್ತವೆ. ಪ್ರೀತಿ ಎನ್ನುವುದು ನಮ್ಮನ್ನು ಎತ್ತರಕ್ಕೆ ಬೆಳೆಸಬೇಕಿತ್ತು, ಆದರೆ ಅದು ನಮ್ಮನ್ನು ಪಾತಾಳಕ್ಕೆ ತಳ್ಳುತ್ತಿದೆಯೇ? ಎಂಬ ಸಂಶಯ ಕಾಡುತ್ತದೆ. ಈ ಆತ್ಮಾವಲೋಕನವು ಅತ್ಯಂತ ನೋವು ನೀಡುತ್ತದೆ, ಏಕೆಂದರೆ ಇಲ್ಲಿ ನಾವು ನಮ್ಮ ತಪ್ಪುಗಳನ್ನು ನಾವೇ ಒಪ್ಪಿಕೊಳ್ಳಬೇಕಾಗುತ್ತದೆ.

೪. ಸ್ವಯಂ ಗೌರವದ ಮರುಕಳಿಕೆ:

ಯಾವಾಗ ನಮಗೆ "ನನ್ನ ಸಂತೋಷಕ್ಕೆ ನಾನೇ ಹೊಣೆ" ಎಂಬ ಅರಿವಾಗುತ್ತದೋ, ಆಗ ಹುಡುಕಾಟ ನಿಲ್ಲುತ್ತದೆ. ಕಳೆದುಹೋದ ಪ್ರೀತಿಯನ್ನು ಹುಡುಕುವುದಕ್ಕಿಂತ, ಕಳೆದುಹೋದ ನನ್ನ 'ಸ್ವಗೌರವ'ವನ್ನು ಮರಳಿ

ಪಡೆಯುವುದು ಮುಖ್ಯ ಎಂದು ತಿಳಿಯುತ್ತದೆ. ಯಾರೋ ನಮ್ಮನ್ನು ಬೇಡವೆಂದ ಮಾತ್ರಕ್ಕೆ ನಮ್ಮ ಜೀವನದ ಮೌಲ್ಯ ಕಡಿಮೆಯಾಗುವುದಿಲ್ಲ. ಈ ಅರಿವೇ ನಮ್ಮನ್ನು ಮುಂದಿನ ಹಂತಕ್ಕೆ, ಅಂದರೆ ಗುಣಮುಖರಾಗುವ (Healing) ಹಾದಿಗೆ ಕರೆದೊಯ್ಯುತ್ತದೆ.

ಮನದಾಳದ ಸಾಲುಗಳು:

"ನಿನ್ನ ನೆರಳಲ್ಲಿ ನನ್ನನ್ನು ನಾನು ಮರೆತಿದ್ದೆ,
ನಿನ್ನ ಪ್ರೀತಿಗಾಗಿ ನನ್ನ ಗೌರವವನ್ನೇ ಅಡವಿಟ್ಟಿದ್ದೆ.
ಇಂದು ಅರಿವಾಗಿದೆ ನನಗೆ ಈ ಸತ್ಯದ ದರ್ಶನ,
ನನಗಾಗಿ ನಾನು ಬದುಕುವುದೇ ಶ್ರೇಷ್ಠ ಜೀವನ."

7

ಅಧ್ಯಾಯ ೭: ನೋವಿನಿಂದ ಅರಿವಿನ ಕಡೆಗೆ

ಕಾಣೆಯಾದ ಪ್ರೀತಿಯನ್ನು ಹುಡುಕುತ್ತಾ ಹೊರಟ ಈ ಪಯಣ, ಕೊನೆಗೆ ನಮ್ಮನ್ನು ತಂದು ನಿಲ್ಲಿಸುವುದು 'ವಾಸ್ತವದ' ದಾರಿಯಲ್ಲಿ. ಕಾಲ ಎನ್ನುವುದು ಗಾಯಗಳನ್ನು ಮಾಯಿಸುವುದಿಲ್ಲ, ಆದರೆ ಆ ಗಾಯಗಳ ಜೊತೆ ಹೇಗೆ ಬದುಕಬೇಕು ಎಂಬುದನ್ನು ಕಲಿಸುತ್ತದೆ. ಈ ಅಧ್ಯಾಯವು ಕಳೆದುಕೊಂಡದ್ದರ ಬಗ್ಗೆ ಅಳುವುದಕ್ಕಿಂತ, ಉಳಿಸಿಕೊಂಡಿರುವುದನ್ನು ಸಂಭ್ರಮಿಸುವ ಕಡೆಗೆ ನಮ್ಮನ್ನು ಕರೆದೊಯ್ಯುತ್ತದೆ.

೧. ಸ್ವೀಕಾರ: ಮೊದಲ ಹೆಜ್ಜೆ (The Power of Acceptance)

ಗುಣಮುಖರಾಗುವ (Healing) ಪ್ರಕ್ರಿಯೆಯಲ್ಲಿ ಮೊದಲ ಹಂತವೇ 'ಸ್ವೀಕಾರ'. "ಅವರು ಇನ್ನು ಮುಂದೆ ನನ್ನ ಜೀವನದಲ್ಲಿ ಇಲ್ಲ, ಅವರು ಮರಳಿ ಬರುವುದಿಲ್ಲ" ಎಂಬ ಕಟು ಸತ್ಯವನ್ನು ಹೃದಯಪೂರ್ವಕವಾಗಿ ಒಪ್ಪಿಕೊಳ್ಳುವುದು. ಈ ಒಪ್ಪಿಗೆಯು ಮನಸ್ಸಿನ ಅರ್ಧ ಭಾರವನ್ನು ಇಳಿಸುತ್ತದೆ. ಸುಳ್ಳು ಭರವಸೆಗಳಿಗಿಂತ ಕಹಿ ಸತ್ಯವೇ ಲೇಸು. ಪ್ರೀತಿ ಸೋತರೂ ಬದುಕು ಸೋತಿಲ್ಲ ಎಂಬ ಅರಿವು ಇಲ್ಲಿಂದಲೇ ಶುರುವಾಗುತ್ತದೆ.

೨. ನೋವು ನೀಡಿದ ಪಾಠಗಳು

ಕಾಣೆಯಾದ ಪ್ರೀತಿ ನಮಗೆ ನೀಡಿದ್ದು ಕೇವಲ ಕಣ್ಣೀರಲ್ಲ, ಅದು ಬದುಕಿನ ದೊಡ್ಡ ಪಾಠಗಳನ್ನು ಕಲಿಸಿದೆ. ಯಾರನ್ನು ಎಷ್ಟು ನಂಬಬೇಕು, ಭಾವನೆಗಳ ಮೇಲೆ ಹೇಗೆ ಹತೋಟಿ ಹೊಂದಿರಬೇಕು ಮತ್ತು ಅತಿಯಾದ ಅವಲಂಬನೆ ಹೇಗೆ ಅಪಾಯಕಾರಿ ಎಂಬ ಪಾಠಗಳು ಯಾವುದೇ ವಿಶ್ವವಿದ್ಯಾಲಯದಲ್ಲಿ ಸಿಗುವುದಿಲ್ಲ. ಈ ಅನುಭವ ನಮ್ಮನ್ನು ಮೊದಲಿನಿಗಿಂತ ಹೆಚ್ಚು ಪಕ್ವಗೊಳಿಸಿದೆ (Mature). ಈಗ ನಾವು ಪ್ರೀತಿಯನ್ನು ಕೇವಲ ಆಕರ್ಷಣೆಯಾಗಿ ನೋಡದೆ, ಜವಾಬ್ದಾರಿಯಾಗಿ ನೋಡಲು ಕಲಿಯುತ್ತೇವೆ.

೩. ಹೊಸ ಆರಂಭ: ನನಗಾಗಿ ನಾನು

ಈಗ ಪಯಣ ನಮ್ಮ ಕಡೆಗೆ ತಿರುಗಿದೆ. ಇಷ್ಟು ದಿನ ಬೇರೆಯವರ ಖುಷಿಗಾಗಿ ಬದುಕಿದ ನಾವು, ಈಗ ನಮಗಾಗಿ ಬದುಕಲು ಶುರು ಮಾಡಬೇಕು. ಹಳೆಯ ಹವ್ಯಾಸಗಳನ್ನು ಮರುಜೀವಗೊಳಿಸುವುದು, ಹೊಸ ಹಾದಿಗಳನ್ನು ಹುಡುಕುವುದು, ಮತ್ತು ನಮ್ಮನ್ನು ಪ್ರೀತಿಸುವ ಕುಟುಂಬ ಹಾಗೂ ಗೆಳೆಯರ ಜೊತೆ ಸಮಯ ಕಳೆಯುವುದು ಬದುಕಿಗೆ ಹೊಸ ಅರ್ಥ ನೀಡುತ್ತದೆ. ಪ್ರೀತಿ ಕಾಣೆಯಾದ ಜಾಗದಲ್ಲಿ 'ಸ್ವ-ಪ್ರೀತಿ' (Self-Love) ಮೊಳೆಯಬೇಕು. ನಮ್ಮನ್ನು ನಾವು ಪ್ರೀತಿಸಿಕೊಳ್ಳಲು ಶುರು ಮಾಡಿದಾಗ, ಜಗತ್ತು ಮತ್ತೆ ಸುಂದರವಾಗಿ ಕಾಣತೊಡಗುತ್ತದೆ.

೪. ಧನ್ಯತಾ ಭಾವ (Gratitude)

ಅಂತಿಮವಾಗಿ, ಕಳೆದುಹೋದ ಪ್ರೀತಿಯ ಮೇಲೆ ದ್ವೇಷ ಸಾಧಿಸುವುದಕ್ಕಿಂತ, ಅವರು ನೀಡಿದ ಒಳ್ಳೆಯ ಕ್ಷಣಗಳಿಗಾಗಿ ಧನ್ಯತೆ ಅರ್ಪಿಸುವುದು ಲೇಸು. ಅವರು ನಮ್ಮ ಜೀವನದಲ್ಲಿ ಬರದೇ ಹೋಗಿದ್ದರೆ, ನಾವು ಇಷ್ಟು ಆಳವಾದ ಭಾವನೆಗಳನ್ನು ಅನುಭವಿಸಲು ಸಾಧ್ಯವಿರುತ್ತಿರಲಿಲ್ಲ. ಆ ಪ್ರೀತಿ ಒಂದು ಸುಂದರ ಅಧ್ಯಾಯವಾಗಿ ಪುಸ್ತಕದಲ್ಲಿರಲಿ, ಆದರೆ ಇಡೀ ಪುಸ್ತಕವೇ ಆ ಅಧ್ಯಾಯವಾಗಬಾರದು.

"ಕಾಣೆಯಾದ ಪ್ರೀತಿ ಎಲ್ಲೋ ಒಂದು ಕವಿತೆಯಾಗಿ ಉಳಿಯಲಿ,
ಹೊಸದಾಗಿ ಅರಳುವ ಕನಸುಗಳಿಗೆ ಹಾದಿ ಮಾಡಿಕೊಡಲಿ.
ಸೋಲೊಪ್ಪದ ಈ ಜೀವ ಮತ್ತೆ ನಗುತ ಸಾಗಲಿ,
ಪ್ರೀತಿಯೆಂಬ ಮಾಯೆ ಬದುಕಿನ ಪಾಠವಾಗಲಿ."

8

ಕೊನೆಯ ಮಾತು: ಮುಗಿಯದ ಪಯಣದ ಹೊಸ ತಿರುವು

"ಕಾಣೆಯಾದ ಪ್ರೀತಿ" ಎನ್ನುವ ಈ ಪುಸ್ತಕದ ಪುಟಗಳನ್ನು ತಿರುವಿ ಹಾಕುತ್ತಾ ನೀವು ಇಲ್ಲಿಯವರೆಗೆ ಬಂದಿದ್ದೀರಿ ಎಂದರೆ, ನಿಮ್ಮೊಳಗೂ ಎಲ್ಲೋ ಒಂದು ಕಡೆ ಇಂತಹದ್ದೇ ಒಂದು ನೋವು ಅಥವಾ ನೆನಪಿನ ನದಿಯಿದೆ ಎಂದರ್ಥ. ಪ್ರೀತಿ ಕಳೆದುಹೋದಾಗ ನಮಗೆ ಜಗತ್ತೇ ಮುಗಿದುಹೋಯಿತು ಅನ್ನಿಸುತ್ತದೆ. ಆದರೆ ವಾಸ್ತವದಲ್ಲಿ, ಅದು ಬದುಕಿನ ಒಂದು ಸುಂದರ ಅಧ್ಯಾಯದ ಅಂತ್ಯವೇ ಹೊರತು, ಇಡೀ ಬದುಕಿನ ಅಂತ್ಯವಲ್ಲ.ಪ್ರೀತಿ ಎನ್ನುವುದು ನಮಗೆ ಸೋಲನ್ನು ಕಲಿಸುವುದಕ್ಕಲ್ಲ, ಬದಲಾಗಿ ನಮ್ಮೊಳಗಿನ ತಾಳ್ಮೆ ಮತ್ತು ಪ್ರೀತಿಯ ಆಳವನ್ನು ನಮಗೇ ತೋರಿಸಿಕೊಡಲು ಬರುತ್ತದೆ. ಕಳೆದುಹೋದ ಆ ವ್ಯಕ್ತಿ ಅಥವಾ ಆ ಕ್ಷಣಗಳು ಮತ್ತೆ ಮರಳಿ ಬಾರದಿರಬಹುದು, ಆದರೆ ಆ ಪ್ರೀತಿ ನಮಗೆ ನೀಡಿದ 'ಅನುಭವ' ನಮ್ಮೊಂದಿಗೆ ಸದಾ ಇರುತ್ತದೆ. ಆ ಅನುಭವವೇ ನಮ್ಮನ್ನು ನಾಳೆ ಬರುವ ಹೊಸ ಸಂಬಂಧಗಳಲ್ಲಿ ಹೆಚ್ಚು ಜಾಗರೂಕರಾಗಿ ಮತ್ತು ಹೆಚ್ಚು ಪ್ರೀತಿಯಿಂದ ಇರುವಂತೆ ಮಾಡುತ್ತದೆ.

ಬದುಕು ಒಂದು ದೊಡ್ಡ ಕ್ಯಾನ್ವಾಸ್ ಇದ್ದಂತೆ. ಅಲ್ಲಿ ಕಪ್ಪು ಬಣ್ಣವೂ ಇರುತ್ತದೆ, ಕೆಂಪು ಬಣ್ಣವೂ ಇರುತ್ತದೆ. ಕಪ್ಪು ಬಣ್ಣದ ನೋವು ಇದ್ದಾಗಲೇ ಕೆಂಪು ಬಣ್ಣದ ಪ್ರೀತಿಯ ಬೆಲೆ ತಿಳಿಯುವುದು. ಕಾಣೆಯಾದ ಪ್ರೀತಿಯ ಬಗ್ಗೆ ಅಳುತ್ತಾ ಕುಳಿತುಕೊಳ್ಳುವುದಕ್ಕಿಂತ, ಆ ಪ್ರೀತಿ ನಮ್ಮ ಜೀವನದಲ್ಲಿ ಬಂದಿದ್ದಕ್ಕಾಗಿ ಧನ್ಯತೆ ಇರಲಿ. ಅವರು ನಮ್ಮನ್ನು ಬಿಟ್ಟು ಹೋದರೂ, ನಮಗೆ ನಮ್ಮನ್ನು ನಾವು ಕಂಡುಕೊಳ್ಳುವ ಅವಕಾಶವನ್ನು ನೀಡಿ ಹೋಗಿದ್ದಾರೆ.ಈ ಪುಸ್ತಕವನ್ನು ಮುಚ್ಚುವಾಗ ನಿಮ್ಮ ಮನಸ್ಸಿನಲ್ಲಿ ಒಂದು ಸಣ್ಣ ನಿರಾಳತೆ ಇರಲಿ. ಹಳೆಯ ಗಾಯಗಳನ್ನು ಕೆರೆಯುವುದನ್ನು ಬಿಟ್ಟು, ಹೊಸದಾಗಿ ಅರಳುವ ಕನಸುಗಳಿಗೆ ನೀರೆರೆಯೋಣ. ಪ್ರೀತಿ ಕಾಣೆಯಾಗಬಹುದು, ಆದರೆ ಪ್ರೀತಿಸುವ ಗುಣ ನಮ್ಮಲ್ಲಿ

ಸಾಯಬಾರದು. ಮತ್ತೆ ಯಾರಿಗಾದರೂ ಮನಸ್ಸು ಕೊಡುವ ಧೈರ್ಯ ನಮ್ಮಲ್ಲಿರಲಿ, ಮತ್ತೆ ಹೊಸದಾಗಿ ಬದುಕುವ ಹಂಬಲ ನಮ್ಮಲ್ಲಿರಲಿ.

ನೆನಪಿಡಿ:

ಯಾರೋ ಒಬ್ಬರು ನಿಮ್ಮನ್ನು ಪ್ರೀತಿಸಲಿಲ್ಲ ಎಂದರೆ, ಅದರರ್ಥ ನೀವು ಪ್ರೀತಿಸಲು ಅರ್ಹರಲ್ಲ ಎಂದಲ್ಲ. ನಿಮಗಾಗಿ, ನಿಮ್ಮನ್ನು ನಿಮ್ಮಂತೆಯೇ ಒಪ್ಪಿಕೊಳ್ಳುವ ಇನ್ನೊಂದು ಹೃದಯ ಎಲ್ಲೋ ಕಾಯುತ್ತಿರುತ್ತದೆ. ಅಲ್ಲಿಯವರೆಗೆ ನಿಮ್ಮನ್ನು ನೀವು ಪ್ರೀತಿಸಿ, ನಿಮ್ಮ ಕನಸುಗಳ ಬೆನ್ನತ್ತಿ ಸಾಗಿ.

ಅಂತಿಮ ಸಾಲುಗಳು:

"ಮುಗಿದು ಹೋದ ಕಥೆಯ ಪುಟವ ಮಗುಚಿ ಹಾಕಿ,
ಹೊಸ ಪಯಣದ ಹಾದಿಯಲಿ ಹೆಜ್ಜೆಯನ್ನಿಡಿ ಬಾಕಿ.
ಪ್ರೀತಿಯೆಂಬುದು ಮಾಯೆಯಲ್ಲ, ಅದೊಂದು ದೃಢ ನಂಬಿಕೆ,
ನಿನ್ನ ನಗುಲೇ ಇರಲಿ ಇಂದಿನಿಂದ ಹೊಸ ಹಾರೈಕೆ."

"ಲೇಕಖರ ಮಾತು: ಮನದಾಳದ ಮಾತುಗಳು

ನಮಸ್ಕಾರ,

"ಕಾಣೆಯಾದ ಪ್ರೀತಿ" ಕೇವಲ ಕಾಗದದ ಮೇಲಿನ ಅಕ್ಷರಗಳಲ್ಲ, ಇದು ನನ್ನ ಮತ್ತು ನಿಮ್ಮಂತಹ ಸಾವಿರಾರು ಹೃದಯಗಳ ಮಿಡಿತ. ಈ ಪುಸ್ತಕವನ್ನು ಬರೆಯಲು ಕುಳಿತಾಗ ನನ್ನ ಕಣ್ಣ ಮುಂದೆ ಇದ್ದದ್ದು ಕೇವಲ ಒಂದು ಕಥೆಯಲ್ಲ, ಬದಲಾಗಿ ಪ್ರೀತಿಯಲ್ಲಿ ಸೋತು, ನೋವಿನ ಸುಳಿಯಲ್ಲಿ ಸಿಲುಕಿ, ದಿಕ್ಕು ಕಾಣದೆ ತೊಳಲಾಡುವ ಅಸಂಖ್ಯಾತ ಜೀವಗಳು.ಪ್ರೀತಿ ಎನ್ನುವುದು ಜೀವನದ ಅತ್ಯಂತ ಮಧುರವಾದ ಅನುಭವ. ಆದರೆ ಅದೇ ಪ್ರೀತಿ ದೂರಾದಾಗ ಉಂಟಾಗುವ ಶೂನ್ಯತೆಯನ್ನು ತುಂಬುವುದು ಅಷ್ಟು ಸುಲಭವಲ್ಲ. ನಾವೆಲ್ಲರೂ ಯಾವುದೋ ಒಂದು ಹಂತದಲ್ಲಿ ನಮ್ಮವರನ್ನು ಕಳೆದುಕೊಂಡಿರುತ್ತೇವೆ, ನೆನಪುಗಳ ಭಾರವನ್ನು ಹೊತ್ತು ನಡೆದಿರುತ್ತೇವೆ. ಆ ಭಾರವನ್ನು ಸ್ವಲ್ಪಮಟ್ಟಿಗಾದರೂ ಇಳಿಸುವುದು ಮತ್ತು "ನೀವು ಒಬ್ಬಂಟಿಯಲ್ಲ" ಎಂಬ ಭರವಸೆಯನ್ನು ನೀಡುವುದೇ ಈ ಪುಸ್ತಕದ ಮುಖ್ಯ ಉದ್ದೇಶ.

ಈ ಪುಸ್ತಕದ ಪ್ರತಿ ಅಧ್ಯಾಯದಲ್ಲೂ ನಾನು ನೋವು, ವಿರಹ ಮತ್ತು ಹತಾಶೆಯನ್ನು ಚಿತ್ರಿಸಿದ್ದೇನೆ. ಆದರೆ ಅದರ ಜೊತೆಗೇ, ಆ ನೋವಿನಿಂದ ಹೊರಬಂದು ನಮ್ಮನ್ನು ನಾವು ಹೇಗೆ ಕಂಡುಕೊಳ್ಳಬೇಕು ಎಂಬ ಹಾದಿಯನ್ನೂ ತೋರಿಸಲು ಪ್ರಯತ್ನಿಸಿದ್ದೇನೆ. ಪ್ರೀತಿ ಕಾಣೆಯಾದಾಗ ನಮಗೆ ನಮ್ಮ ಅಸ್ತಿತ್ವವೇ ಇಲ್ಲದಂತೆ ಭಾಸವಾಗುತ್ತದೆ. ಆದರೆ ವಾಸ್ತವದಲ್ಲಿ, ಅದು ನಮಗೆ ನಮ್ಮ ಶಕ್ತಿಯನ್ನು ಪರಿಚಯಿಸುವ ಒಂದು ಸಂದರ್ಭವಾಗಿರುತ್ತದೆ.ನನ್ನ ಈ ಪುಟ್ಟ ಪ್ರಯತ್ನ ನಿಮಗೆ ಇಷ್ಟವಾಗಿದೆ ಎಂದು ನಂಬಿದ್ದೇನೆ. ಇಲ್ಲಿರುವ ಸಾಲುಗಳು ನಿಮ್ಮ ಜೀವನದ ಯಾವುದೋ ಒಂದು ಕ್ಷಣಕ್ಕೆ ಕನ್ನಡಿ ಹಿಡಿದರೆ, ಅಥವಾ ನಿಮ್ಮ ನೋವಿಗೆ ಸ್ವಲ್ಪವಾದರೂ ಮುಲಾಮು ಹಚ್ಚಿದರೆ, ಲೇಖಕನಾಗಿ ನನ್ನ ಶ್ರಮ ಸಾರ್ಥಕವೆಂದು ಭಾವಿಸುತ್ತೇನೆ.

ಕೊನೆಯದಾಗಿ ಒಂದು ಮಾತು, ಪ್ರೀತಿ ಕಾಣೆಯಾಗಬಹುದು, ಆದರೆ ಪ್ರೀತಿಸುವ ಹಂಬಲ ಮತ್ತು ಜೀವನದ ಮೇಲಿನ ಭರವಸೆ ಎಂದಿಗೂ ಕಾಣೆಯಾಗಬಾರದು. ಸೋಲನ್ನು ಮೆಟ್ಟಿ ನಿಂತು ಹೊಸದಾಗಿ ಅರಳುವುದೇ ಜೀವನದ ನಿಜವಾದ ಸೌಂದರ್ಯ.

ನನ್ನ ಈ ಪಯಣದಲ್ಲಿ ಜೊತೆಯಾದ ನಿಮಗೆ, ನನ್ನ ಕುಟುಂಬಕ್ಕೆ ಮತ್ತು ಗೆಳೆಯರಿಗೆ ನನ್ನ ಅನಂತ ಧನ್ಯವಾದಗಳು.

ನಿಮ್ಮ ಪ್ರೀತಿಯ,

ಶರಣಕುಮಾರ ಸೋಲಾಪುರ

ಎಂ ಎ ರಾಜ್ಯಶಾಸ್ತ್ರ

ಲೇಖಕರ ಪರಿಚಯ

ಶರಣಕುಮಾರ ಸೋಲಾಪುರ

ಕನ್ನಡ ಸಾಹಿತ್ಯ ಮತ್ತು ಸಮಾಜ ಸೇವೆಯಲ್ಲಿ ಸಕ್ರಿಯವಾಗಿ ತೊಡಗಿಸಿಕೊಂಡಿರುವ ಶರಣಕುಮಾರ ಸೋಲಾಪುರ ಅವರು ಮೂಲತಃ ಯಾದಗಿರಿ ಜಿಲ್ಲೆಯ ಸುರಪುರ ತಾಲ್ಲೂಕಿನ ಕಕ್ಕೇರಾ ಪಟ್ಟಣದವರು. ರಾಜಕೀಯ ಶಾಸ್ತ್ರದಲ್ಲಿ ಸ್ನಾತಕೋತ್ತರ ಪದವಿ (M.A. Political Science) ಪಡೆದಿರುವ ಇವರು, ಆಳವಾದ ರಾಜಕೀಯ ಜ್ಞಾನದೊಂದಿಗೆ ಸಾಹಿತ್ಯದ ಮೇಲಿನ ಅಪಾರ ಪ್ರೀತಿಯನ್ನು ಹೊಂದಿದ್ದಾರೆ.ಕೇವಲ ಅಕ್ಷರ ಲೋಕಕ್ಕೆ ಸೀಮಿತವಾಗದ ಇವರು, ಕಕ್ಕೇರಾ ಪುರಸಭೆಯ ಸದಸ್ಯರಾಗಿ ಸಾರ್ವಜನಿಕ ಸೇವೆಯಲ್ಲೂ ತೊಡಗಿಸಿಕೊಂಡು ಜನರ ಕಷ್ಟ ಸುಖಗಳಿಗೆ ಸ್ಪಂದಿಸಿದವರು. ರಾಜಕೀಯದ ಜವಾಬ್ದಾರಿ ಮತ್ತು ಸಾಹಿತ್ಯದ ಸೃಜನಶೀಲತೆಯನ್ನು ತಮ್ಮ ಬದುಕಿನ ಎರಡು ಕಣ್ಣುಗಳಂತೆ ಅಳವಡಿಸಿಕೊಂಡಿದ್ದಾರೆ. ಸಮಾಜದ ಅಂಕುಡೊಂಕುಗಳನ್ನು ಮತ್ತು ಮಾನವ ಸಂಬಂಧಗಳ ಸೂಕ್ಷ್ಮತೆಯನ್ನು ಇವರು ತಮ್ಮ ಲೇಖನಿಯ ಮೂಲಕ

ಕಟ್ಟಿಕೊಡುತ್ತಾರೆ.

ತಮ್ಮ ಕಾದಂಬರಿ ' **ಕಾಣೆಯಾದ ಪ್ರೀತಿ**' ಮೂಲಕ ಪ್ರೀತಿ, ನಂಬಿಕೆ ಮತ್ತು ಭಾವನಾತ್ಮಕ ಸತ್ಯಗಳನ್ನು ಓದುಗರ ಮುಂದೆ ತೆರೆದಿಟ್ಟಿದ್ದಾರೆ. ಸಾರ್ವಜನಿಕ ಸೇವೆ ಮತ್ತು ಸಾಹಿತ್ಯ ಕೃಷಿ ಎರಡನ್ನೂ ಸಮತೋಲನದಿಂದ ಮುನ್ನಡೆಸುತ್ತಿರುವ ಶರಣಕುಮಾರ ಅವರು, ಭವಿಷ್ಯದಲ್ಲಿ ಇನ್ನೂ ಹೆಚ್ಚಿನ ಅರ್ಥಪೂರ್ಣ ಕೃತಿಗಳನ್ನು ನೀಡುವ ಹಂಬಲ ಹೊಂದಿದ್ದಾರೆ.

ಸಂಪರ್ಕಿಸಿ:

* ಸ್ಥಳ: ಕಕ್ಕೇರಾ ಪಟ್ಟಣ, ಸುರಪುರ ತಾಲ್ಲೂಕು.
* ಇಮೇಲ್: sksolapur92@gmail.com

www.ingramcontent.com/pod-product-compliance
Lightning Source LLC
LaVergne TN
LVHW090336210926
848480LV00004B/1433